ആദ്യത്തെ കവിത

നസീർ കടിക്കാട്

Made with ♥ on the Notion Press Platform
www.notionpress.com

ഉള്ളടക്കം

ഉള്ളടക്കം

മുഖവുര

കവിതയിലെനിക്ക് ഒരു സത്യവും നിങ്ങളോടു പറയാനില്ല.സത്യത്തെക്കുറിച്ച് എനിക്കു ധാരണകളോ,ഉറപ്പോ ഇല്ല.അതെഴുതുന്ന ഭാഷയെക്കുറിച്ചും.ഞാൻ എഴുതുന്നു എന്റെ ഊഹാപോഹങ്ങളെ.എന്റെ കവിതയിലെ വൃക്ഷത്തെയോ,മനുഷ്യനെയോ,നഗരത്തെയോ തിരഞ്ഞു പോകേണ്ടതില്ല.അതു നിങ്ങളെ വീണ്ടും വീണ്ടും വിഡ്ഡിയാക്കും.യഥാർത്ഥത്തിൽ നിങ്ങളൊരു വിഡ്ഡിയാണല്ലൊ,എന്റെ കവിത വായിക്കുന്നതിനാൽ!ഒന്നെനിക്കുറപ്പുണ്ട്:ഭാഷയുടെ ഒരു കുഴിയിൽ വെച്ച് നമ്മൾ കണ്ടുമുട്ടുന്നുണ്ട്.ഈ കുഴിയും നികന്നു പോകും.

☙☙☙

നസീർ കടിക്കാട്

കയനയിൽ വീട്

പുന്നയൂർക്കുളം-679561

തൃശ്ശൂർ.

ഫോൺ:8330837065

ഇ മെയിൽ:kaymnazeer@gmail.com

പുസ്തകങ്ങൾ:

കാ കാ

ഫ്രോയിഡും ഞാനും

ഭാര്യ: സലീന

മക്കൾ: ഷഹീൽ,ലിയാൻ,ഹന്ന

1. ആദ്യത്തെ കവിത

ആദ്യമെഴുതിയ കവിതക്ക്
വയസ്സായിരിക്കുന്നു.
കാഴ്ച മങ്ങിയിരിക്കുന്നു, കേൾവിയും.

കൈകൾക്കു വിറയലായി
നടത്തം പതുക്കെയായി
വിശപ്പ് ഒട്ടുമില്ലാതെയായി
ഓർമ്മ തെറ്റലായി.

അധികനേരവും ഒരേ കിടപ്പാണ്.

കിടന്ന കിടപ്പിൽ
കാണാത്തതൊക്കെ കാണുന്നു.
കേൾക്കാത്തതൊക്കെ കേൾക്കുന്നു.
സങ്കടം വന്ന് ഏങ്ങിയേങ്ങി കരയുന്നു.

ചിലനേരത്ത്
ആരേയും തിരിച്ചറിയാനാവാതെ
കണ്ണു തുറിച്ചു നോക്കും.
ഒരു ഭാഷയിലുമില്ലാത്ത വാക്കുകൾ
പിറുപിറുക്കും.

അന്നേരം
ആദ്യത്തെ കവിതയുടെ കാതിൽ
ആദ്യത്തെ കവിത ചൊല്ലിക്കൊടുക്കും.

കവിത എന്റെ കൈകളിൽ
അമർത്തി പിടിച്ച് കണ്ണടച്ചു കിടക്കും.

ജനലിലൂടെ വരുന്ന കാറ്റിൽ
കവിതയുടെ നരച്ച മുടി ഇളകും.
കുളിരു മൂടി ഉടൽ വിറയ്ക്കും.
ശ്വാസം കുറുകും.
ഇങ്ങിനെ കിടത്തി വിഷമിപ്പിക്കല്ലേയെന്ന്
ആരോ ദൈവത്തോട് പ്രാർത്ഥിക്കും.

ഞാൻ മുറ്റത്തേക്കിറങ്ങും.

പകൽവെളിച്ചം
കണ്ടിട്ടെത്ര ദിവസമായെന്ന് ഓർത്തു നോക്കും.
കവിത എഴുതണമെന്നൊരു തോന്നൽ
നിഴലിനോടൊപ്പം വിറയലോടെ
മുറ്റത്തു നടക്കും.

2. സ്വിച്ച്

ഇരുട്ട് പരക്കുമ്പോളെല്ലാം
തോമസ് ആൽവ എഡിസണെ ഓർത്തു.
ആദ്യമാദ്യം അതൊരു രസമുള്ള കളിയായിരുന്നു
പിന്നീടത് അർബുദം പോലെ
ശരീരം മുഴുവൻ പടർന്നു പിടിച്ചു.

എഡിസൺ എപ്പോഴും കൂടെയായി
എല്ലാ രഹസ്യങ്ങളും അയാൾക്കു കീഴ്പെട്ടു
ഇരുട്ടിലും ഒളിഞ്ഞിരുന്ന് പ്രകാശിച്ചു.

എപ്പോൾ വേണമെങ്കിലും
ആരുടെയെങ്കിലും കൈവിരൽ
അജ്ഞാതമായ സ്വിച്ചിലേക്ക് നീണ്ടുവരാം.
വെളിച്ചം തെളിയുകയോ അണയുകയോ ചെയ്യാം.

ജീവിതം ഇരുട്ടിലായി എന്നോ
വെളിച്ചത്തിലായി എന്നോ
കൃത്യതയില്ലാത്ത ഒരു മുറിയിലാണിപ്പോൾ.
ജനലുകളോ,വാതിലുകളോ ഇല്ല
സൂര്യനോ,ചന്ദ്രനോ ഇല്ല
പുൽപരപ്പുകളും,പുഴകളും,കുന്നുകളും ഇല്ല
ഇതിഹാസങ്ങളും,യുദ്ധങ്ങളും,വിപ്ലവങ്ങളും ഇല്ല.

ഉള്ളത്,
ചുവരിലെവിടെയോ ഒരു സ്വിച്ച്

ഇരുട്ടിനും വെളിച്ചത്തിനുമിടയിലെ
ടിക് എന്ന നേർത്ത ശബ്ദം.

നാം കേട്ടിട്ടില്ലാത്ത ലോകാവസാനത്തിന്റെ
അതേ പതിഞ്ഞ ശബ്ദം.

3. ദൈവത്തിന്റെ ഞായർ

"ദൈവം ഞായറാഴ്ച വിശ്രമിച്ചിരുന്നില്ലെങ്കിൽ
അദ്ദേഹത്തിനു ലോകസൃഷ്ടി മുഴുമിക്കാൻ
കഴിഞ്ഞേനെ"
-ഗബ്രിയേൽ ഗാർസിയ മാർകേസ്
*

ഞായറാഴ്ചയല്ലേ
ദൈവത്തെ കാണാൻ ചെന്നു
നല്ല ഉറക്കത്തിലാണ്
അസഹ്യമായ കൂർക്കം വലി
ഇടയ്ക്ക് ഏതോ ഭാഷയിൽ വിളിച്ചു പറയുന്നുണ്ട്
എന്തൊക്കെയോ

ജനൽപാളികളെല്ലാം തുറന്ന്
ചെറിയ വീതി കുറഞ്ഞ കട്ടിലിൽ
ചുളുങ്ങിച്ചുരുണ്ട വിരിപ്പിൽ
തലയണയോ പുതപ്പോ ഇല്ലാതെ

കുറച്ചു നേരമത് നോക്കി നിന്നു
മുറിക്കപ്പുറത്തു നിന്ന് നായ്ക്കുര കേട്ടു
കാറ്റിൽ ഇലകൾ പൊഴിഞ്ഞു കൊണ്ടിരുന്നു

നിന്നു മടുത്തപ്പോൾ ഉറക്കെ വിളിച്ചു നോക്കി
"ദൈവമേ..."
അനങ്ങിയില്ല ദൈവം
ചുവരിലെ ക്ലോക്കിൽ നിന്നാരോ എഴുന്നേറ്റ്

പുറത്തേക്കോടി

ഓടുന്നതിനിടയിൽ അയാൾ മൃഗമായി
പക്ഷിയായി
പാമ്പായി

മുറിക്കപ്പുറത്തു നിന്ന് ഉച്ചത്തിൽ ചുമ
കാതോർത്തപ്പോൾ പക്ഷിയുടെ കൂവൽ
അണ്ണാറക്കണ്ണന്റെ ചിലയ്ക്കൽ
ദൈവത്തിന്റെ കരച്ചിൽ

ചുമലിൽ ആരോ തൊട്ടു

4. ഞാൻ

കറൻസി നോട്ട് പോലെ
അർദ്ധരാത്രിക്കു പെട്ടെന്ന്
ഭാഷയിൽ നിന്ന്
ഞാൻ എന്ന വാക്ക്
നിരോധിക്കപ്പെട്ടാൽ
ഞാൻ എന്തു ചെയ്യും?
ഞാൻ എങ്ങിനെ ഉറങ്ങും?
ഉണരും?
പല്ലു തേക്കും?
കുളിക്കും?
പത്രം വായിക്കും?
പുറത്തേക്കിറങ്ങും?

ഞാൻ എങ്ങിനെ സ്വപ്നം കാണും?
കവിത എഴുതും?
കണക്കു കൂട്ടും?
പ്രണയിക്കും?
കാത്തിരിക്കും?
സങ്കടപ്പെടും?
നിരോധിക്കപ്പെട്ട ഞാൻ
ഞാനില്ലാതെ
എങ്ങിനെ ക്യൂ നിൽക്കും?
ഞാനില്ലാതെ എന്നെയെങ്ങിനെ
മാറ്റി വാങ്ങും?

5. ആറ്

1

മൂങ്ങ ഒരു ഭാഷയാണ്
പക്ഷിയേക്കാൾ ലിപികളോടെ.
ഒരു മരക്കൊമ്പിലും
എഴുതി വെക്കാനാവാത്തത്.

2

മറ്റാരും കേൾക്കുന്നില്ലെന്ന ഉറപ്പോടെ
സ്വന്തം നാട്ടുപേരുകൾ വിളിച്ചുപറഞ്ഞു കൊണ്ടൊരു പുഴ
മരിച്ചവരുടെ പേരുകളല്ലേ എന്നു
പുഴയെ കേട്ടു ചളിപ്പുറ്റിൽ മായുന്ന മത്സ്യങ്ങൾ ...
ചൂണ്ടക്കാരനെ കൊത്തി വയസ്സൻ വെള്ളക്കൊക്ക്

3

നുണയായിരുന്നെങ്കിലെന്ന്
ഞാനെന്നെ തൊട്ടുനോക്കാറുണ്ട്.
അപ്പൊഴൊക്കെ, ആരെയോ ഞാൻ
തൊടുന്നതായി അറിയുന്നുണ്ട്.
നിന്നെ തന്നെയാകുമോ?
നീ സത്യമായിരിക്കുമോ?

4

ജലത്തെ കുഴിച്ചു നോക്കുന്നു
ഒരു പിടി മണ്ണ് തൊടുന്നു
കുളമ്പൊട്ടുന്നതിൻ

വിള്ളലതിൽ

5

നനഞ്ഞു നിന്നൊരു നായ
മൂക്ക് കൂർപ്പിക്കുന്നു
നായയുടെ വാലനക്കത്തിൽ
കടലിൻ ഇരമ്പൽ

6

നമുക്കിടയിൽ
കവിതയേ ഉള്ളൂ,
പിന്നെയെല്ലാം
മറ്റാരുടെയോ ഉപമകൾ

6. നിന്നെ ഓർക്കുമ്പോൾ

നിന്നെ ഓർക്കുമ്പോൾ
കടലിന് കാടായി മാറുവാൻ കഴിയുന്നു
കാടുകൾ കടലായി ഇരമ്പുന്നു
മൽസ്യങ്ങൾ മരക്കൊമ്പുകളിൽ കൂട് കൂട്ടുന്നു
പുള്ളിപ്പുലികൾ പവിഴപുറ്റുകളിൽ പ്രസവിക്കുന്നു
നദികളെല്ലാം കാട്ടിലേക്ക് ഒഴുകി തിരകളാവുന്നു
തിരകളിൽ പൂക്കളും കായ്കളും നിറയുന്നു
ഇലകളിൽ സൂര്യൻ അസ്തമിക്കുന്നു.

കാട്ടിലേക്ക് മീൻവള്ളങ്ങളിറങ്ങുന്നു
കടലിലേക്ക് വേട്ടക്കുതിരകൾ പായുന്നു
കാട്ടിൽ കടൽകാക്കകൾ ചിറകടിക്കുന്നു
കടലിൽ ചീവീടൊച്ചകൾ കേൾക്കുന്നു.

കടലിനടുത്തുള്ള എന്റെ വീടപ്പോൾ
കാടിനടുത്ത്,മലഞ്ചെരുവിൽ.
കാടിനടുത്തുള്ള നിന്റെ വീടപ്പോൾ
കടൽക്കരയിലെ കാറ്റാടിത്തണലിൽ.

കടലിന്റെ ആദിമകഥയിലാണപ്പോൾ
വിലക്കപ്പെട്ട കനി.
കാടിന്റെ ആദിമകഥയിലാണപ്പോൾ
നോഹയുടെ പേടകം.

ഒരു ദൈവം കാടിനു മുകളിലൂടെ

നടന്നു പോകുന്നു.
ഒരു മനുഷ്യൻ കടലിനടിയിൽ
കല്ലുരച്ച് തീ പടർത്തുന്നു.

നിന്നെ ഓർക്കുമ്പോൾ
സീത കടൽ മുറിച്ചു കടന്ന് അപ്രത്യക്ഷയാകുന്നു
ഹെലൻ കാടിന് തീ വെച്ച് അപ്രത്യക്ഷയാകുന്നു.

7. സൂത്രം

എന്നെ തിരഞ്ഞിന്നൊരു പൂച്ച വന്നു,
ദീർഘകാലത്തെ പരിചയം
അതിന്റെ കണ്ണുകളിൽ.
ഞങ്ങൾ സംസാരിച്ചു കൊണ്ടിരുന്നു:
എലിയെ പിടിക്കാനുള്ള
സൂത്രവിദ്യകളെക്കുറിച്ച് പൂച്ചയും
ഒളിച്ചു കഴിയാനുള്ള
സൂത്രവാക്യങ്ങളെക്കുറിച്ച് ഞാനും.
ഒന്നെനിക്ക് ഉറപ്പായി,
പൂച്ചക്ക് എന്നെക്കുറിച്ച് എല്ലാമറിയാം.
ഇടയ്ക്കെപ്പൊഴോ ഞാൻ ചോദിച്ചു:
"നീയെന്തിനാണ് എപ്പോഴുമിങ്ങനെ
വാലിളക്കി കൊണ്ടിരിക്കുന്നത്?"
ഒന്നും പറയാതെ പൂച്ച
എന്റെ കാലുകളിൽ മുഖമുരുമ്മി.

8. ഞാൻ എന്റെ കവിത വായിക്കുന്നു

മുടന്തനായ ഒരാൾ
എന്റെ കവിത വായിക്കുന്നു
മുടന്തു മാറി നടന്നു പോകുന്നു.
അന്ധനായ ഒരാൾ
ബധിരനായ ഒരാൾ
മൂകനായ ഒരാൾ
എന്റെ കവിത വായിക്കുന്നു
കാഴ്ചയും
കേൾവിയും
വാക്കും തിരിച്ചു കിട്ടുന്നു.
ദരിദ്രനായി നാടുവിട്ട ഒരാൾ
എന്റെ കവിത വായിക്കുന്നു
ധനാഢ്യനായി സ്വന്തം നാട്ടിൽ
തിരിച്ചെത്തുന്നു.
മരിച്ചു മണ്ണായൊരാൾ
എന്റെ കവിത വായിക്കുന്നു
യുഗങ്ങൾക്കു ശേഷം
പൊളിഞ്ഞു പോയ തറവാടിന്റെ
വാതിലിൽ വന്നു മുട്ടുന്നു.

9. വിക്ക്

ലോകത്തിനൊന്നാകെ
ഒരു ദിവസം വിക്ക് വന്നാൽ
കാര്യങ്ങളെല്ലാം എങ്ങിനെയാവും?
എത്തേണ്ടിടത്തേക്കു
നേരത്തിന് എത്തുവാൻ കഴിയാതെ
ഓരോ വാക്കും
ലോകമാകെ ചുറ്റിത്തിരിയും.
ഗർഭകാലം പത്തു മാസമെന്ന
കണക്കും രാശിയു തെറ്റും.
രണ്ടു ദിവസത്തെ യാത്ര
നാലു ദിവസമായി നീളും.
രാത്രിയാവാൻ കുറേക്കൂടി
കാത്തിരിക്കേണ്ടി വരും.
അരി വെന്തു ചോറായി മാറുവാൻ
കാലങ്ങളെടുക്കും.
അപ്പുറത്തെ വീട്ടിലേക്കുള്ള
ദൂരവും കിതപ്പും ഇരട്ടിയാകും.
രാവിലത്തെ പക്ഷികൾ വരാനും
കലപില കൂട്ടാനും ഉച്ചയാവും.
സ്വപ്നങ്ങൾക്കു ദൈർഘ്യം കൂടും,
സ്വപ്നത്തിൽ താഴേക്കുള്ള വീഴ്ച
പതിവിലും പതുക്കെയാകും.
ഉടുപ്പുകൾ അളവിനേക്കാൾ
വലുപ്പമേറിയതാകും.
കുന്നുകളും മരങ്ങളും

ഉയരമേറി ആകാശം തൊടും.
ആഴം എന്നതിന്റെ അർത്ഥം
കൂടുതൽ ആഴത്തിലാവും.
ഭൂതകാലം കുറേക്കൂടി പിന്നിലായി
ഓർമ്മകളൊക്കെ തെറ്റും.
കവിതകളെല്ലാം നീണ്ടു നീണ്ട്
ഖണ്ഡകാവ്യങ്ങളാവും.
മരണം മാത്രം അപ്പോഴും
തൊട്ടു തൊട്ടിരുന്ന്
വിക്കിനെ കളിയാക്കി ചിരിക്കും.

10. വി/ഭജനം

ങാ

മനസ്സിലായി സാറേ

മനസ്സിലായി

ഇതുവരെ ഉണ്ടായിരുന്ന

വഴികളൊന്നും ഇനിയില്ലെന്നല്ലേ?

ഇതുവരെ ഉണ്ടായിരുന്ന

മരങ്ങളൊന്നും ഇനിയില്ലെന്നല്ലേ?

ഇതുവരെ ഉണ്ടായിരുന്ന

കിളികളൊന്നും ഇനിയില്ലെന്നല്ലേ?

ഇതുവരെ ഉണ്ടായിരുന്ന

ആകാശങ്ങളൊന്നും ഇനിയില്ലെന്നല്ലേ?

ഇതുവരെ ഉണ്ടായിരുന്ന

തെരുവുകളൊന്നും ഇനിയില്ലെന്നല്ലേ?

ഇതുവരെ ഉണ്ടായിരുന്ന

വാഹനങ്ങളൊന്നും ഇനിയില്ലെന്നല്ലേ?

ഇതുവരെ ഉണ്ടായിരുന്ന

നിർമ്മാണശാലകളൊന്നും ഇനിയില്ലെന്നല്ലേ?

ഇതുവരെ ഉണ്ടായിരുന്ന

ഒച്ചകളൊന്നും ഇനിയില്ലെന്നല്ലേ?

ഇതുവരെ ഉണ്ടായിരുന്ന

അയൽക്കാരൊന്നും ഇനിയില്ലെന്നല്ലേ?

ഇതുവരെ ഉണ്ടായിരുന്ന

കൂട്ടുകാരൊന്നും ഇനിയില്ലെന്നല്ലേ?

ഇതുവരെ ഉണ്ടായിരുന്ന

പ്രണയങ്ങളൊന്നും ഇനിയില്ലെന്നല്ലേ?

ഇതുവരെ ഉണ്ടായിരുന്ന
വാക്കുകളൊന്നും ഇനിയില്ലെന്നല്ലേ?
ഇതുവരെ ഉണ്ടായിരുന്ന
പുസ്തകങ്ങളൊന്നും ഇനിയില്ലെന്നല്ലേ?
ഇതുവരെ ഉണ്ടായിരുന്ന
സ്വപ്നങ്ങളൊന്നും ഇനിയില്ലെന്നല്ലേ?
ഇതുവരെ ഉണ്ടായിരുന്ന
അച്ഛനമ്മമാരൊന്നും ഇനിയില്ലെന്നല്ലേ?
ഇതുവരെ ഉണ്ടായിരുന്ന
വീടുകളൊന്നും ഇനിയില്ലെന്നല്ലേ?
ഇതുവരെ ഉണ്ടായിരുന്ന
വിശപ്പുകളൊന്നും ഇനിയില്ലെന്നല്ലേ?
ഇതുവരെ ഉണ്ടായിരുന്ന
ഭക്ഷണങ്ങളൊന്നും ഇനിയില്ലെന്നല്ലേ?
ഇതുവരെ ഉണ്ടായിരുന്ന
ദുഖങ്ങളൊന്നും ഇനിയില്ലെന്നല്ലേ?
ഇതുവരെ ഉണ്ടായിരുന്ന
മരണങ്ങളൊന്നും ഇനിയില്ലെന്നല്ലേ?
ഇതുവരെ ഉണ്ടായിരുന്ന
ശ്മശാനങ്ങളൊന്നും ഇനിയില്ലെന്നല്ലേ?
ഇതുവരെ ഉണ്ടായിരുന്ന
ഓർമ്മകളൊന്നും ഇനിയില്ലെന്നല്ലേ?
മനസ്സിലായി സാറേ
മനസ്സിലായി
ഇതുവരെ ഉണ്ടായിരുന്ന
എന്റെ കണ്ണാടി ഇനിയില്ലെന്നല്ലേ?

•തലക്കെട്ടിന് ലതീഷ് മോഹന്റെ Latheesh Mohan "വി/
ജനത"യോട് കടപ്പാട്

11. പുല്ലാങ്കുഴൽ

വീട് വൃത്തിയാക്കുമ്പോൾ
പഴയ റേഡിയോ കിട്ടി

ഉപേക്ഷിക്കപ്പെട്ടതിനാലോ
ശബ്ദം അടഞ്ഞു പോയിരിക്കുന്നു
ഭാഷ മറന്നിരിക്കുന്നു

ഒന്നു കുലുക്കിയപ്പോൾ
ഓർമ്മയിൽ നിന്നാവണം
ചില അക്ഷരങ്ങൾ
വാക്കുകൾ തെറിച്ചു വീണു

പല കാലങ്ങളുടേതായ
കാറ്റിന്റെ ശബ്ദം പൊങ്ങി
ഒഴുകിപ്പോകുന്ന ജലത്തിന്റെ
ഇരമ്പൽ പരന്നു

കോഴിക്കോട് നിന്ന്
ആലപ്പുഴയിലേക്കുള്ള വഴി തെറ്റി
തിരുവനന്തപുരത്തു നിന്ന്
സിലോണിലേക്കുള്ള ദിക്ക് മാറി

ഗാന്ധിയേയും നെഹ്റുവിനേയും
കണ്ടാൽ തിരിച്ചറിയാതായി
അടിയന്തിരാവസ്ഥ എന്ന് വിക്കലോടെ

ആവർത്തിച്ചു കൊണ്ടിരുന്നു

ചെവിയോടു ചേർത്തു
പിടിച്ചപ്പോൾ തോന്നിയതോ
യമുനാതീരത്തിരുന്ന് *ശ്രീകൃഷ്ണൻ
പുല്ലാങ്കുഴൽ വായിക്കുന്നു
----

*ആകാശവാണി സ്റ്റേഷൻ ഡയറക്ടറായിരുന്ന പുല്ലാങ്കുഴൽ
വിദ്വാൻ ജി.എസ് ശ്രീകൃഷ്ണൻ

12. പിൻകോഡ്

ഞാൻ മരിച്ചാൽ
എന്റെ വസ്ത്രങ്ങൾ
പ്രിയപ്പെട്ട ഇളംനീല നിറം
ആരാവും അണിയുക?
എന്റെ വാച്ച്
ആരുടെ ഞരമ്പിനോടു
പറ്റിക്കിടന്നാവും മിടിക്കുക?
എന്റെ ചെരുപ്പ്
ആരുടെ പാദങ്ങളോടൊപ്പമാവും
നടന്നു പോവുക?
ഞാൻ വളർത്തിയ മുളങ്കാട്
അതിരാവിലെ
ആരോടാവും സംസാരിക്കുക?
രാത്രിയിൽ മുറ്റത്തേക്കു കൊഴിഞ്ഞ
വീട്ടിമരത്തിന്റെ ഇലകൾ
ആരാവും അടിച്ചു വാരുക?
എന്റെ വിലാസത്തിലേക്കു വരുന്ന
കൊറിയർ
ആരാവും കൈപ്പറ്റുക?
നെറ്റ്ഫ്ലിക്സിൽ
പാതിക്കു നിർത്തിയ സീരീസ്
ആരാവും പൂർത്തിയാക്കുക?
മേശ വലിപ്പിൽ
ഒളിപ്പിച്ചു വെച്ച സിഗരറ്റ്
ആരാവും വലിച്ചു തീർക്കുക?

ഫോണിലേക്ക്
ദൂരെയുള്ള ചങ്ങാതി വിളിച്ചാൽ
വീട്ടിലേക്കുള്ള വഴി
ആരാവും പറഞ്ഞു കൊടുക്കുക?
ഞാൻ മരിച്ചാൽ
എന്റെ വീടിനടുത്തുള്ള നഗരത്തിന്റെ പേര്
ആരുടെ ഓർമ്മയ്ക്കു വേണ്ടിയാവാം?
അവിടുത്തെ പിൻകോഡ് നമ്പർ എത്രയാവാം?

13. പരാതികൾ എഴുതി കൊടുക്കപ്പെടും

അയ്യന്തോൾ കലക്ടറേറ്റിനു മുമ്പിൽ
സമരക്കാർക്കും സത്യാഗ്രഹികൾക്കും
പോലീസുകാർക്കുമിടയിൽ
പരാതികൾ എഴുതി കൊടുക്കാനിരിക്കുന്ന
വൃദ്ധനെ
അൽപനേരമെങ്കിലും നോക്കി നിന്നിട്ടുണ്ടോ?

വൃദ്ധൻ
മുഖം നോക്കാതെ എല്ലാവരോടും
പഴയൊരു പദ്യത്തിന്റെ ഈണത്തിൽ
ചോദിച്ചു കൊണ്ടിരിക്കുന്നു
പേര്?
വയസ്സ്?
അഡ്രസ്സ്?
പരാതി?

ഒട്ടും ഭംഗിയുള്ളതല്ല
അയാളുടെ കൈയക്ഷരങ്ങൾ
നമ്മൾ കണ്ടു ശീലിച്ച
അക്ഷരങ്ങളുടെ ആകൃതിയല്ലതിന്

അ യിൽ നിന്ന് ആ യിലേക്കു പ്രയാസപ്പെട്ട്
ഷ യിൽ ക്ഷ യിലേക്കു ചുമച്ചു തുപ്പി
ന യിൽ നിന്ന് ങ്ങ യിലേക്കു ഓടിക്കിതച്ച്

ഓരോ പരാതിയിലും കൂടുതൽ വളഞ്ഞ്
കൂടുതൽ മെലിഞ്ഞ്
കൂടുതൽ നഗ്നമായ്
മൈതാനത്തിൽ ചിതറി ഓടിയ ആൾക്കൂട്ടത്തിന്റെ
ബ്ലാക്ക് ആന്റ് വൈറ്റ് ഫോട്ടോ പോലെ

ഒരേ അക്ഷരം തന്നെ
പലതരം മുഖഛായകളോടെ
പലതരം വിചാരങ്ങളോടെ
പലതരം ഭാഷകളോടെ
പലതരം ഒച്ചകളോടെ

ഒന്നു സൂക്ഷിച്ചു നോക്ക്
വാക്കുകളേ ഇല്ലതിൽ
ഒറ്റക്കായി പോയ ലിപികൾ
വരകൾ
കുത്തുകൾ
കോമകൾ
വെട്ടുകൾ
തിരുത്തുകൾ...
മരത്തണലിലോ
കലുങ്കിലോ
ബസ് സ്റ്റാന്റ് ബെഞ്ചിലോ
ആശുപത്രിയിലോ
ഊഴം കാത്തിരിക്കുന്ന ഒരാളുടെ
വിരലുകളോ
കണ്ണുകളോ ചെവികളോ

ഇതെന്താ ഇങ്ങിനെ?
ഇതേതു ഭാഷയാ? എന്നൊന്നും
ആരും വൃദ്ധനോടു ചോദിക്കാറില്ല
ആളുകൾക്ക് ചിലപ്പോൾ അറിയാമായിരിക്കും
പരാതികളെല്ലാം
ഇങ്ങിനെയേ എഴുതാനാവൂ എന്ന്

അതുകൊണ്ടു തന്നെയാവണം
സ്വന്തം കൈയക്ഷരത്തിൽ
ഭംഗിയോടെ എഴുതാതെ പരാതിക്കാരെല്ലാം
ഈ വെയിലത്തിങ്ങനെ
വൃദ്ധനു മുമ്പിൽ
കൂട്ടംകൂടി നിൽക്കുന്നത്

ആളുകൾ അക്ഷമരാണെങ്കിലും
വൃദ്ധനതിൽ പരാതികളൊന്നുമില്ല
തല ഉയർത്താതെ അനങ്ങാതെ
പ്രാർത്ഥനയിലെന്ന പോലെ

ഒരു വെടിയുണ്ട എപ്പോൾ വേണമെങ്കിലും
സ്വന്തം നെഞ്ചിലേക്കും പാഞ്ഞുവരുമെന്ന്
അയാൾക്ക് നല്ല ഉറപ്പുണ്ട്
അന്നേരം വൃദ്ധൻ
അവസാനമായി ഉരുവിടുന്ന പേര്
ഏത് ഇതിഹാസകഥയിലെ നായകന്റേതാവാം?

14. അമ്മയുടെ അടുക്കള

വീടിനോടു ചേർന്ന്
പുറത്തൊരു അടുക്കളയുണ്ട്
അമ്മയേ അങ്ങോട്ടു പോകാറുള്ളൂ
അവിടെ വേവിച്ചാലേ അമ്മയ്ക്ക്
അരി പാകത്തിന് വെന്തു കിട്ടൂ

ചുവരാകെയും കരിങ്കാളി
അമ്മ മാത്രം കേൾക്കും
ദൂരെ ദൂരേന്നു പറയ്ക്കൊാട്ട്
പാല പൂക്കും കാറ്റ്

അമ്മയ്ക്കു മാത്രമായ്
വടക്കോട്ടൊരു ജാലകച്ചതുരം
കുളം
കൊന്നമരം
കൈതപ്പൊന്ത
അലക്കും കുളിയും നീർന്ന്
ആരോ വന്നടക്കം ചൊല്ലും
കേൾക്കാം അമ്മയ്ക്കു മാത്രം
രഹസ്യങ്ങൾ

പടിഞ്ഞാട്ടു നീളും വഴി
നീണ്ടു പോകുമനക്കങ്ങളൊക്കെയും
അമ്മയോട് ചിരിക്കും
കാണാം അമ്മയ്ക്കു മാത്രം

ഒളിനോട്ടങ്ങൾ

ഭൂമിയങ്ങിനെ വേവും
അമ്മയ്ക്കു മാത്രമായ രുചിയിൽ
സൂര്യനപ്പോൾ
ഒത്ത നെറുകയിൽ

എല്ലാം കഴിഞ്ഞ്
കോലായിലിരുന്നു
രാമായണം നിവർത്തി വെച്ച്
അമ്മയൊരു ചോദ്യമുണ്ട്:
"രാമാ,സീത നിനക്കാരാ?"
ചാരുകസേരയിൽ
വെയിലും നോക്കി കിടക്കുന്ന
അച്ഛനു മാത്രമേ
ആ ചോദ്യം കേൾക്കാനാവൂ

15. കാറ്റിന്റെ ശബ്ദം

എനിക്കിത് എഴുതി തീർക്കണം
അതിനായി ഒരു വാച്ച് സൂക്ഷിച്ചിരിക്കുന്നു
സൂചികളുടെ ചലനങ്ങളിലൂടെ കാറ്റ് വീശുന്നു
ടിക് ടിക് ...

ശരിക്കും കാറ്റിന്റെ ശബ്ദം ഇതു തന്നെയാണോ?

വീട്ടുവാതിൽക്കൽ ഒരു ലോഹമണി തൂക്കിയിട്ടിട്ടുണ്ട്
നിങ്ങളുടെ സാന്നിദ്ധ്യം അറിയിക്കുവാൻ.
ലോഹത്തിന്റെ നാവിലൂടെ കാറ്റ് വീശുന്നു
പ്രാർത്ഥനയുടെ ശബ്ദത്തിൽ
പുറത്താരോ കാത്തു നിൽക്കുന്നുവെന്ന്

ശരിക്കും കാറ്റിന്റെ ശബ്ദം ഇതു തന്നെയാണോ?

തലമുറകൾ   കൈമാറി   കിട്ടിയ   മുറിയുടെ   ജനൽപാളി
ഇളകിയിട്ടുണ്ട്
ഒരിക്കലും മുറുക്കി അടക്കാനാവാത്തത്ര.
മരപ്പാളിയുടെ അസ്ഥിരതയിലൂടെ കാറ്റ് വീശുന്നു
കട പുഴകി വീഴുന്ന ശബ്ദത്തിൽ
മരിച്ചവർ ഉയിർത്തു വരുന്നുവെന്ന്

ശരിക്കും കാറ്റിന്റെ ശബ്ദം ഇതു തന്നെയാണോ?

ഗ്രാമത്തിലെ   വീടിന്റെ   മേൽക്കൂര   അടർന്ന്   ആകാശം

കാണുന്നുണ്ട്
കൈയെത്തി തൊടാവുന്ന ദൂരത്തിൽ.
മേഘങ്ങളുടെ വിള്ളലിലൂടെ കാറ്റ് വീശുന്നു
പ്രളയത്തിന്റെ ശബ്ദത്തിൽ
ലോകാവസാനത്തിനു തൊട്ടു മുമ്പാണെന്ന്

എനിക്കിത് എഴുതി തീർക്കണം
അതിനായി ഉണർന്നിരിക്കുന്നു
അസ്ഥികൾക്കിടയിലൂടെ കാറ്റ് വീശുന്നു
പിറന്നു വീണ കുഞ്ഞിന്റെ ശബ്ദത്തിൽ
ശരിക്കും കാറ്റിന്റെ ശബ്ദം ഇതു തന്നെയാണോ?

16. ഉപമ എന്ന പേടി

പൂർവ്വികർ
പുഴകളെ ഉപമിച്ചു തീർത്തു.
മലകളേയും
കാടുകളേയും
മരുഭൂമികളേയും ഉപമിച്ചു തീർത്തു.
പൂക്കളേയും
പുഴുക്കളേയും
പക്ഷികളേയും
സൂര്യനേയും
നിലാവിനേയും
മഴയേയും ഉപമിച്ചു തീർത്തു.
ഗ്രാമങ്ങളേയും
നഗരങ്ങളേയും
യുദ്ധങ്ങളേയും
ദൈവങ്ങളേയും
തലപ്പാവുകളേയും
ചോരകളേയും ഉപമിച്ചു തീർത്തു.
രഥങ്ങളേയും
കുതിരവണ്ടികളേയും
സൈക്കിളുകളേയും
കപ്പലുകളേയും
തീവണ്ടികളേയും
വിമാനങ്ങളേയും ഉപമിച്ചു തീർത്തു.
ഞാനിപ്പോൾ ഈ ചെറിയ വീട്ടിൽ
ചെറിയ മുറിയിൽ

പുറത്തേക്കു നോക്കി ഇരിക്കുന്നു,
കാണാം:
ഉപമകളുടെ തോൽ ഉരിഞ്ഞു കളഞ്ഞ്
പുല്ലുകൾക്കിടയിലൂടെ
പാമ്പ് ഇഴഞ്ഞു പോകുന്നത്.
പാമ്പിനെ ഉപമിക്കണമെന്ന്
അതിയായ ആഗ്രഹമുണ്ട്,
ആ നിമിഷത്തിൽ പാമ്പ്
പത്തി വിടർത്തുമെന്നുള്ള പേടിയുമുണ്ട്.

17. നാരായണന്റെ മോൻ

ഞാനങ്ങിനെ മരിച്ചു പോയി
എല്ലാവരേയും പോലെ തന്നെ,
മരണവിവരം ഞാനല്ലാതെ മറ്റാരും അറിഞ്ഞിട്ടില്ല.
ജനലിലൂടെ പുറത്തേക്കു നോക്കി:
മുറ്റം ഇലകൾ വീണു നിറഞ്ഞിട്ടുണ്ട്.
വീട്ടിമരത്തിന്റെ കൊമ്പ്
മുറിക്കണം മുറിക്കണമെന്നു കരുതി
ദിവസങ്ങൾ പോയത് അറിഞ്ഞില്ല.
നാരായണന്റെ മോനോട് പറഞ്ഞിരുന്നതാണ്
പണിയെടുക്കാൻ മടിയാണവന്
എപ്പോഴെങ്കിലുമാവും,വിചാരിക്കാത്ത നേരത്ത്
ഇല വീഴും പോലൊരു വരവ്.
ഇക്കുറി ആ വരവും കണ്ടില്ല
വന്നാൽ നാലുവാക്ക് പറയണമെന്നും കരുതിയതാണ്.
നാരായണൻ പക്ഷെ ജഗജില്ലിയായിരുന്നു
പറഞ്ഞാൽ പറഞ്ഞതാ
വെട്ടൊന്ന് മുറി രണ്ട്
പഴയ കമ്മ്യൂണിസ്റ്റായിരുന്നു
വയ്യാതെ കിടപ്പായപ്പോൾ
ദൈവമേ എന്നൊരു വിളി മാത്രമായി.
ഒരിക്കൽ കാണാൻ ചെന്നപ്പോൾ ചോദിച്ചതാ:
"നാരായണാ,ദൈവം കമ്മ്യൂണിസ്റ്റായോടാ?"
നാരായണൻ തുറിച്ചു നോക്കി
"ഉച്ചക്ക് മുമ്പെ ഞാൻ വരാ...
ആ കൊമ്പങ്ങോട്ട് മുറിക്കാ"

ഏത് കൊമ്പാണെന്ന് പിടി കിട്ടിയില്ല
പിറ്റേന്ന് ഉച്ചക്ക് മുമ്പെ നാരായണൻ പോയി.
ആ നാരായണന്റെ മോനാണ്
വരാ വരാ എന്നു പറഞ്ഞ് വട്ടം ചുറ്റിച്ചത്.
മുറ്റത്ത് വെയിൽ പരന്നിട്ടുണ്ട്
മകരത്തിലെ മടി പിടിപ്പിക്കുന്ന തണുപ്പുണ്ട്
ആകെക്കൂടി ഒരു സുഖം തോന്നി
പെട്ടെന്ന് ആരും കയറി വരല്ലേ
മരണവിവരം അറിയല്ലേ എന്നൊക്കെ
ഓർത്തു കിടക്കുമ്പൊളാണ്
ഗേറ്റ് തുറക്കുന്നതിന്റെ
ഒരു തരം കരകരപ്പുള്ള ഒച്ച...
അതിനിത്തിരി വെളിച്ചെണ്ണ ഇടണമെന്ന്
കരുതിയിരുന്നു,അതും നടന്നില്ല.
തല ഉയർത്തി നോക്കിയപ്പോൾ കണ്ടു
ഗേറ്റ് തുറന്നു വരുന്ന നാരായണന്റെ മോനെ
ചാടിപ്പിടഞ്ഞ് മുറ്റത്തേക്കിറങ്ങി.

18. തീരൽ

അവൾ എഴുതി:
'വാക്കുകൾ തീർന്നു പോയിരിക്കുന്നു'

പണം പോലെ
പച്ചക്കറിയോ,വറ്റൽ മുളകോ പോലെ
വാക്കുകളും ഉപയോഗിച്ചു തീരുമോ?
വാക്കുകളുടെ അർത്ഥങ്ങൾ
ചിലവഴിച്ചു തീരുമോ?
വാക്കുകൾ കൊണ്ടുള്ള ഉപമകൾ
തിന്നു തീരുമോ?

കോർപ്പറേറ്റ് ബാങ്കിൽ കുറഞ്ഞ പലിശയിൽ
വാക്കുകൾക്ക് ലോണുണ്ടാവുമോ?
ഷോപ്പിംഗ് മാളിൽ പുതിയതരം വാക്കുകൾ
വിൽപനക്കുണ്ടാവുമോ?
മരിച്ചവരുടെ വാക്കുകൾ ഓൺലൈനിൽ
ചെറിയ വിലക്കു കിട്ടുന്നുണ്ടാവുമോ?
പറമ്പോ,വീടോ ഈട് വെച്ചാൽ
വാക്കുകൾ തരുന്ന ഫൈനാൻസുകാരുണ്ടാവുമോ?
അളന്നു തൂക്കിയ വാക്കുകൾ
മാസാമാസം റേഷനായെങ്കിലും കിട്ടുമോ?

അവൾ എഴുതി:
'നമ്മളിനി എന്തു ചെയ്യും?
എങ്ങിനെ ജീവിക്കും?'

നിന്നെ എന്തു വിളിക്കണമെന്ന് പോലും അറിയില്ല
നിന്റെ പേരും തീർന്നു പോയിരിക്കുന്നു
അവശേഷിക്കുന്നത്
ചോദ്യങ്ങൾ മാത്രമായ ചില സൂചനകൾ മാത്രം
അതും തീർന്നു പോകുമായിരിക്കും.

എന്റെ പേര് അൽപമെങ്കിലും
അവിടെ ബാക്കിയിരിക്കുന്നുണ്ടോ?
പഴയ തകരപ്പെട്ടിയോ
മേശവലിപ്പോ തുറന്നു നോക്ക്.

19. കുതിര

തമാശ മട്ടിലാണ് അവൾ ചോദിച്ചത്:
'കുതിര എന്ന വാക്കുണ്ടായത്
എങ്ങിനെയാവാം?'

അന്നേരം അങ്ങിനെയൊരു ചോദ്യം
പ്രതീക്ഷിച്ചതല്ല.
കവിത എഴുതുന്നതിനാൽ
വാക്കുകളുടെ ജന്മങ്ങളെ കുറിച്ചും
ജീവിതങ്ങളെ കുറിച്ചും
എനിക്കറിയാമെന്ന് കരുതിയിട്ടാവണം.

പെട്ടെന്നൊരു ഏമ്പക്കം വന്ന്
എന്നെ വീർപ്പു മുട്ടിച്ചപ്പോളാണ്
ഉലുവ തിളപ്പിച്ച വെള്ളം എടുക്കാനായി
അവൾ അകത്തേക്കു പോയത്.
ഞാനപ്പോൾ കുതിരയെ
ആലയിൽ നിന്നു പുറത്തേക്കിറക്കി
ചാടിക്കയറി കടിഞ്ഞാൺ വലിച്ച്
കുതിപ്പോടെ പുറപ്പെട്ടു.

സത്യത്തിൽ ആ പോക്കിന്
പതിവുള്ള കുളമ്പടിയൊച്ച ഉണ്ടായിരുന്നില്ല,
കേട്ടതിങ്ങനെ:
'കുതിരപ്പുറത്ത് ഞാൻ പാഞ്ഞു പോകുമ്പോൾ
കയ്യിൽ കുതറി തുള്ളിത്തുള്ളി ചാട്ടവാറിളകുമ്പോൾ

നടുങ്ങിപ്പോകുന്നില്ലേ നിമിഷങ്ങളിൽ
കുളമ്പടികൾ പതിയുമ്പോൾ ഈ അണ്ഡകടാഹങ്ങൾ...'*

കുതിരയും ഞാനും
പരിചിത വഴികളും,വയലുകളും
മലയോരങ്ങളും,കാടുകളും,സമതലങ്ങളും
കടന്നു പോയി.
കടലുകളും,രാജ്യാതിർത്തികളും മുറിച്ചു
കുതിച്ചു പാഞ്ഞു.
യുദ്ധഭൂമികളും,ശ്മശാനങ്ങളും
നഗരങ്ങളും പിന്നിട്ടു.
പകൽ അവസാനിച്ച് ഇരുട്ട് വന്നു
ഞങ്ങൾക്കു വിശന്നു.

വിശന്നപ്പോൾ ഞങ്ങൾ പരസ്പരം നോക്കി
ഒരേ ഭാഷയിൽ സംസാരിച്ചു
ഒരേ താളത്തിൽ ഉടൽ കുടഞ്ഞു
ഒരേ ഒച്ചയിൽ ചിനച്ചു.

തിരിച്ചെത്തുമ്പോൾ
ഉലുവ തിളപ്പിച്ച വെള്ളവുമായി
അവൾ കാത്തിരിക്കുന്നുണ്ട്.
ആകാംക്ഷയോടെ അവൾ ചോദിച്ചു:
'കുടക്കാലിൽ കുതിരയെ തിരുകി വെച്ചത്
ആരാവാം?'
-

*എനിക്കു മരണമില്ല വയലാർ

20. അനേകം കഷണങ്ങൾ

ഒട്ടും പരിചയമില്ലാത്ത ഒരാൾ
ഒട്ടും പരിചയമില്ലാത്ത ഒരാളെ
വെട്ടി,
അനേകം കഷണങ്ങളാക്കി
പല ഇടങ്ങളിലായി ഉപേക്ഷിച്ച വാർത്ത
വായിച്ചതിനു ശേഷം ഞാൻ
ചിന്തിക്കുവാൻ തുടങ്ങി.

കൊല്ലപ്പെട്ടയാളുടെ
തല കിടന്നിരുന്നത്
കൈതക്കാടിനുള്ളിലായിരുന്നു.
കൈത പൂത്തതിന്റെ
ലളിതമായൊരു മണം
അവിടെ തങ്ങി നിന്നിരുന്നു.

കൈകൾ പറന്നു കൊഴിഞ്ഞത്
തോട്ടു വെള്ളത്തിലായിരുന്നു.
പരൽ മീനുകൾ
ഒഴുക്കു മുറിച്ചു വന്ന് വിരലുകളിൽ
മണത്തു നോക്കുന്നുണ്ടായിരുന്നു.

ഓട്ടത്തിലെന്ന പോലെ
നെഞ്ചടിച്ചു വീണത്
കാട്ടിലൊരു പാറയിടുക്കിലായിരുന്നു.
ഒളിച്ചിരുന്നൊരു മുയൽ

ചെവികളാട്ടി നെഞ്ചിടിപ്പിൽ
പച്ചിലകൾ തിരയുന്നുണ്ടായിരുന്നു.

അരക്കെട്ട് അഴിഞ്ഞടിഞ്ഞത്
ഒഴുക്കുള്ള പുഴയിലായിരുന്നു.
ചുഴികളിൽ നിന്ന്
മണൽക്കുന്നുകൾ പൊങ്ങിവന്ന്
അരയ്ക്കു ചുറ്റുമൊരു
വൃത്തം വരക്കുന്നുണ്ടായിരുന്നു.

കാലുകൾ കുഴഞ്ഞെത്തിയത്
മല മുകളിലെ വിജനതയിലായിരുന്നു.
ഉപേക്ഷിക്കപ്പെട്ടൊരു പൂച്ച
കാൽനഖങ്ങളിൽ മണം പിടിച്ച്
സ്വന്തം വീട്ടിലേക്കുള്ള
വഴി തിരഞ്ഞ് കരയുന്നുണ്ടായിരുന്നു.

ഈ സ്ഥലങ്ങളെല്ലാം
എനിക്കു പരിചിതമായിരുന്നു.
കുറേ വർഷങ്ങൾക്കു മുമ്പ്
മലമുകളിൽ പൂച്ചയെ ഉപേക്ഷിച്ചത്
ഞാൻ തന്നെയായിരുന്നു.

21. കുതറൽ

കുതറേണ്ടത് എപ്പോളെന്ന്
കൃത്യമായി അറിയാം
മൽസ്യങ്ങൾ
പഠിപ്പിച്ചു തന്നിട്ടുണ്ട്.

വെള്ളം
സത്യത്തെ വെളിവാക്കുന്നു
നഗ്നതയേയും,
ഭൂമിയേക്കാൾ വലുപ്പത്തിൽ.

നീന്തലിലുണ്ട് നടത്തം,
സൈക്കിളും
ബസ്സും
വിമാനവും.

ആഴത്തിലെ ചെളിയെ
ആകാശമെന്ന്
മേഘങ്ങളെന്ന്
വിളിച്ചാലെന്താ?

ഇടിഞ്ഞു വീഴുമോ മാനം?

വിരലുകൾ ഇല്ലെനിക്ക്
ലോക ജനസംഖ്യയെ
കൂട്ടിനോക്കുവാൻ.

ചെതുമ്പലുകളിലാണ്
കണക്കുകൾ.

മൂക്ക് പൊത്തുന്നതെന്തിന്?
വിരൽ നീട്ടി
തൊട്ടു നോക്ക്,
കുതറൽ കാണാം.
ഒരു തുള്ളി വെള്ളം
പല പാലം കടന്ന്
നിന്റെ മുഖത്ത് ആഞ്ഞടിക്കും.

വെള്ളത്തെ
കൈവെള്ള എന്ന്
വിളിച്ചാലെന്താ?

രണ്ടായി പിളരുമോ കടൽ?

22. സൂചി കൊണ്ടും ഒരാളെ കൊല്ലാം

ആയുധങ്ങളെ കുറിച്ച് നാം
വളരെ കുറച്ചേ സംസാരിച്ചിട്ടുള്ളൂ,
എന്തു കൊണ്ടാവാം?

ഏറ്റവുമേറെ ശേഖരിച്ചിട്ടുള്ളതും
പുതുക്കി കൊണ്ടിരിക്കുന്നതും
ഉൽക്കണ്ഠപ്പെടുന്നതും
ആയുധങ്ങളെ കുറിച്ചായിട്ടു പോലും.

വീടുകൾക്കുള്ളിലും
പുറത്തും
എന്തെല്ലാം ആയുധങ്ങളാണ്,
എത്രയെത്ര ആകൃതിയുള്ള മൂർച്ചകളാണ്.

ചുവരിന്റെ നിറം
കുട്ടികളുടെ പഠനം
പൂന്തോട്ടത്തിന്റെ വിസ്തൃതി
വളർത്തുനായയുടെ പേര്
കറന്റ് ചാർജ്ജ്
ഇതുതന്നെ നാം ആവർത്തിച്ചു കൊണ്ടിരുന്നു.

ചിലപ്പോളൊക്കെ
കഴിഞ്ഞ കാലത്തെ ദാരിദ്ര്യത്തെയും
ഒളിച്ചോട്ടങ്ങളേയും ഓർത്തു,

അക്കാലത്തെ ആയുധങ്ങളെ
മനപ്പൂർവ്വം അവഗണിച്ചു കൊണ്ട്.

ആരും സ്വന്തം ഒസ്യത്തിൽ പോലും
ആയുധങ്ങളെ പരാമർശിച്ചതേ ഇല്ല.
ചോര പൊടിയുന്ന കാര്യത്തിൽ
നമ്മളെന്നും ദുഖിതരായതു കൊണ്ടാവാം.

നോക്കൂ,
ഈ പഴയ സ്ക്രൂഡ്രൈവർ,
ഇതേക്കുറിച്ച്
നിങ്ങളോടു പറയണമെന്നുണ്ട്
പക്ഷെ,
അപ്പോഴേക്കും ഞാൻ കരഞ്ഞു തുടങ്ങും.

23. ലോർക്കയോട്

അങ്ങിനെയൊന്നുണ്ടോ?
അറിയില്ല
കുട്ടിക്കാലം മുതലേ കേൾക്കുന്നുവെങ്കിലും
പ്രണയം എന്നാൽ എന്താണ്?
വൈകുന്നേരം പോലെയോ
രാത്രി പോലെയോ വെളിച്ചത്തിന്റെ അഗാധമായൊരു
നിറം മാറ്റമോ അത്?
പ്രഭാതമെത്തുന്നതു വരെയുള്ള കാത്തിരിപ്പോ?

അങ്ങിനെയൊന്നുണ്ടോ?
അറിയില്ല,എത്തിപ്പെടുന്ന ഗ്രാമങ്ങളിലും
നഗരങ്ങളിലും തിരഞ്ഞു നടന്നു
പ്രണയം നിക്ഷേപിച്ചിരിക്കുന്നത് എവിടെയാണ്?
പ്രാചീനമായ,പാരമ്പര്യമായ ഒരു ഗുഹയിലോ
അലങ്കരിച്ചു സൂക്ഷിക്കപ്പെട്ട വിശുദ്ധശേഖരത്തിലോ
വെട്ടി തിളങ്ങുന്നോ അത്?
തകർക്കപ്പെടുന്നതു വരെയുള്ള കാത്തിരിപ്പോ?

അങ്ങിനെയൊന്നുണ്ടോ?
അറിയില്ല,കുപ്പായത്തിന്റെ കുടുക്കുകളിലോ
ചെരുപ്പിൻ വള്ളിയിലോ
വാച്ചിന്റെ സൂചിയിലോ അതിനെ ഒളിപ്പിച്ചു വെച്ചിട്ടുണ്ടോ?
ശബ്ദമടങ്ങ തൊണ്ടയിലെ ഇരുട്ടിലോ
വിരലുകളിൽ പറ്റിപ്പിടിച്ച ബിസ്കറ്റ് പൊടിയിലോ
ഉമിനീരിലോ അത് അമർന്നിരിപ്പുണ്ടോ?

അങ്ങിനെയൊന്നുണ്ടോ?
അതോ,വിശപ്പും മരണവുമല്ലാതെ മറ്റെല്ലാം
കെട്ടുകഥകളായി മാറിയ പോലെയോ പ്രണയവും?

അപ്പോൾ
ജലമെന്നോ കാറ്റെന്നോ അർത്ഥമുള്ള നീയോ?
പെട്ടെന്ന് തീർന്നു പോയ ഇന്നലത്തെ രാത്രിയോ?
പൊടിഞ്ഞു പോയ കോടിക്കണക്കിനു നക്ഷത്രങ്ങളോ?
എന്റെ പേരിനോടൊപ്പമുള്ള നീളൻ മേൽവിലാസമോ?
ആരും പൂക്കളർപ്പിച്ചിട്ടില്ലാത്ത അജ്ഞാത ശവക്കല്ലറയോ?

24. ഞാനെന്നെ

ഞാനെന്നെ തിളപ്പിച്ച്
ഊതിയൂതി കുടിക്കുന്നു.
ഞാനെന്നെ ചുട്ടെടുത്ത്
കുതിർത്തു തിന്നുന്നു.
വേവിച്ചൂറ്റി
അടച്ചു വെക്കുന്നു.
വെട്ടി കഷണങ്ങളാക്കി
പൊരിച്ചെടുക്കുന്നു.
കഴുകിത്തുടച്ച്
അടുക്കി വെക്കുന്നു.
തല്ലിയലക്കി
അയയിൽ വിരിക്കുന്നു.
മടക്കു നിവർത്തി
തേച്ചു മിനുക്കുന്നു.
പറമ്പിൽ കെട്ടിയിട്ട്
പുല്ല് തീറ്റുന്നു.
കുഴിച്ചു മൂടി
മുളയ്ക്കാൻ കാത്തിരിക്കുന്നു.
അടിച്ചു വാരി കത്തിച്ച്
ചാരമാക്കുന്നു.
എന്നിട്ടും മടുക്കുമ്പോൾ
കെണി വെച്ചു പിടിച്ച്
വെള്ളത്തിൽ മുക്കി കൊല്ലുന്നു.
പിന്നേയും ബാക്കിയാവുന്ന
എന്നെ തിരഞ്ഞാണ്

നിങ്ങൾ വരുന്നത്.
"വരൂ,ഇരിക്കൂ
എന്തൊക്കെയുണ്ട് വിശേഷങ്ങൾ?"

നിങ്ങൾ വരുന്നത്.
"വരൂ,ഇരിക്കൂ
എന്തൊക്കെയുണ്ട് വിശേഷങ്ങൾ?"

25. മുറ്റത്തൊരു സൈക്കിൾ ടയറിന്റെ അടയാളം

രാത്രിയിൽ
ആരാവാം വന്നു പോയത്?

ഞാനതിന്റെ പിന്നാലെ പോയി

മരങ്ങൾക്കിടയിലൂടെ
വേലികൾക്കിടയിലൂടെ
വീടുകൾക്കിടയിലൂടെ

ഞാനതിന്റെ പിന്നാലെ

കിതച്ചപ്പോൾ
സൈക്കിളിന്റെ പിന്നിലേക്കു
ചാടിക്കയറി ഇരുന്നു

അയാൾ ആഞ്ഞുചവിട്ടുകയാണ്
ഇടയ്ക്കൊരു ഓർമ്മിപ്പിക്കലോടെ:
"മുറുക്കി പിടിച്ചിരിക്കണേ"

സൈക്കിൾ ഇറക്കമിറങ്ങി
കയറ്റം കയറി

ഇപ്പോൾ ആകാശം തൊടാം

ഞങ്ങൾ ഇരുട്ടിനെക്കുറിച്ചും
നക്ഷത്രങ്ങളെക്കുറിച്ചും
സംസാരിക്കുവാൻ തുടങ്ങി

ഞങ്ങൾ ഇരുട്ടിനെക്കുറിച്ചും
നക്ഷത്രങ്ങളെക്കുറിച്ചും
സംസാരിക്കുവാൻ തുടങ്ങി

26. അടച്ചിട്ട മുറിയിൽ

മുറിയിൽ മറ്റാരും ഇല്ലെന്ന
ഉറപ്പിൽ നീ
ഉടുപ്പുകൾ അഴിക്കുന്നു.

നിനക്കു നിന്നെ കാണുവാൻ
അതിയായ ആഗ്രഹമുണ്ട്.

വാതിൽ
ജനാല
എല്ലാം അടച്ചിട്ടുണ്ട്.

നീ
ഉടുപ്പുകൾ അഴിക്കുന്നു

മുറിയിൽ ഞാൻ
പുസ്തകം വായിച്ചിരിക്കുന്നു.
നിന്റെ അമ്മ
ഉപദേശിച്ചു കൊണ്ടിരിക്കുന്നു.
അച്ഛൻ തകരപ്പെട്ടിയിൽ
ചിലതൊക്കെ തിരയുന്നു.
അനിയൻ
പൂച്ചക്കുഞ്ഞിനെ ലാളിക്കുന്നു.
ദൂരെയുള്ള അമ്മായി
സങ്കടം പറഞ്ഞു കരയുന്നു.
കാമുകൻ കട്ടിലിനടിയിൽ

കാലാട്ടി കിടക്കുന്നു.

നീ
ഉടുപ്പുകൾ
അഴിച്ചു കൊണ്ടേയിരിക്കുന്നു,
അത് അവസാനിക്കുന്നില്ല.

27. ആ സ്ഥലങ്ങൾ കണ്ടോളൂ

ഈ തോട്ടുവക്കിൽ ഇരിക്കുമ്പോളാണ്
ഒഴുക്കിലേക്കു തള്ളിയിട്ടത്.
ഈ മരക്കൊമ്പിൽ ആടുമ്പോളാണ്
കൊമ്പു മുറിച്ചു വീഴ്ത്തിയത്.
ഈ കടലിലെ അസ്തമയം കാണുമ്പോളാണ്
തിരകളിൽ മുക്കി ശ്വാസം മുട്ടിച്ചത്.
ഈ മല കിതച്ചു കയറുമ്പോളാണ്
കല്ലെറിഞ്ഞു തല തകർത്തത്.
ഈ ജനാലയിൽ കാറ്റ് കൊള്ളുമ്പോളാണ്
നെഞ്ചിലേക്കു വെടിയുതിർത്തത്.
ഈ മതിലിൽ ചാരി നിർത്തിയാണ്
കാലുകൾ തല്ലിയൊടിച്ചത്.
ഈ നഗരത്തിരക്കിലിട്ടാണ്
കൂട്ടത്തോടെ തലങ്ങും വിലങ്ങും വെട്ടിയത്.
ഈ മുറിയിലെ ഇരുട്ടിലാണ്
കഴുത്തിൽ കയറുചുറ്റി മുറുക്കിയത്.
ഈ പൊന്തക്കാടിനുള്ളിലാണ്
ലിംഗം അറുത്തെടുത്തു ഉപേക്ഷിച്ചത്.
ഈ കൊടിമരത്തിലാണ്
ദിവസങ്ങളോളം വരിഞ്ഞു കെട്ടിയിട്ടത്.
ഈ മലയോരത്തെ പുല്ലിൽ കിടത്തിയാണ്
വിഷം കലക്കി കുടിപ്പിച്ചത്.
ഈ പാറകൾക്കിടയിലാണ്
തീയിട്ടു കരിച്ചു ചാരമാക്കിയത്.

ഈ ഏഴു നിലകൾക്കു മുകളിൽ നിന്നാണ്
റോഡിലേക്കു വലിച്ചെറിഞ്ഞത്.

ഇനിയുമുണ്ട് സ്ഥലങ്ങൾ,
എവിടേ എവിടേയെന്ന് നിങ്ങൾ
കൂട്ടത്തോടെ വന്നു പൊതിയുമ്പോളിതാ
ഈ വീട്
ഈ ഇടവഴി
ഈ കുന്ന്
ഈ വണ്ടി
ഈ റെയിൽപ്പാളം
ഈ കാട്
ഈ നദി
ഈ ദേവാലയം
ഈ പൂന്തോട്ടം
ഈ ചിത്രശാല
ഈ മൈതാനം
ഈ ശ്മശാനം...

തീരുന്നില്ല
ഇനിയുമുണ്ട്.

28. പൊത്ത്

നിങ്ങൾ വന്നു ബെല്ലമർത്തുമ്പോൾ
വാതിൽ തുറന്നു വന്നു
ചിരിക്കുന്നത് ഞാനല്ല.

നിങ്ങൾക്കു വെറുതേ തോന്നിയതാണ്.

ഞാൻ,
നിങ്ങളിപ്പോൾ സംസാരിച്ചിരിക്കുന്ന
സ്വീകരണമുറിയുടെ
വാതിലിനിടയിലെ ചെറിയ പൊത്തിലാണ്.

എ(യ)ന്നോടെന്ന ധാരണയിൽ നിങ്ങൾ
പറഞ്ഞു കൊണ്ടിരിക്കുന്നതൊക്കെ
എ(യ)നിക്കു കേൾക്കാം.

ഞാൻ അടുത്ത മുറിയിലേക്കു
പോയെന്ന ഉറപ്പോടെ നിങ്ങൾ
എന്നെക്കുറിച്ചു പിറുപിറുക്കുന്നതും
കേൾക്കാം.

കേൾക്കുക മാത്രമല്ല,കാണുകയും ചെയ്യാം.
തിരിഞ്ഞു നിന്നു കൊണ്ടു നിങ്ങൾ
പൃഷ്ടം ചൊറിയുന്നത്
കിടപ്പുമുറിയിലേക്കു പാളി നോക്കുന്നത്
പുച്ഛരത്തോടെ മുഖം കൊണ്ടു ഗോഷ്ടി കാണിക്കുന്നത്.

എനിക്കിതിലൊന്നും പരാതിയില്ല ബ്രോ
ആസ്വദിക്കുകയാണ്,
ഞാനാണെന്നു കരുതി
നിങ്ങളീ കാണിച്ചു കൂട്ടുന്ന സത്യത്തെയാകെ.

29. മൂന്നാം ലോകമഹായുദ്ധം

ഒരു യുദ്ധവും നേരിട്ടു കണ്ടിട്ടില്ല.
വായിച്ച യുദ്ധകഥകളിൽ
വിശ്വസനീയമായി ഒന്നും ഉണ്ടായിരുന്നില്ല.

മനസ്സിലായ ഒരേയൊരു കാര്യം
മരണമാണ്,
അതിനെന്തിനാണ് യുദ്ധം?
റോഡരുകിലോ
നഗരത്തിലോ
പ്രിയപ്പെട്ട മറ്റെവിടെയോ
വെറുതേ കാത്തു നിൽക്കുക.
തീർച്ചയായും മരണം വരും,
പതാകകളും
രാജ്യഭക്തിഗാനങ്ങളുമില്ലാതെ.
തന്ത്രങ്ങളും ഉടമ്പടികളും
ആയുധ സന്നാഹങ്ങളുമില്ലാതെ.

ആർച്ച്ഡ്യൂക്ക് ഫ്രാൻസിസ് ഫെർഡിനാൻഡിനെയും
ഗാവ്രിലോ പ്രിൻസിപ്പും എന്തിനാണ്?
ഓപ്പറേഷൻ വെയിസ്സും
ഓപ്പറേഷൻ ഗെൽബും
ഓപ്പറേഷൻ റെഡും എന്തിനാണ്?

വസ്ത്രങ്ങളും
ഭക്ഷണങ്ങളും

വീടുകളും
തീവണ്ടികളും
കടൽപ്പാതകളും എന്തിനാണ്?

നിറങ്ങളും
അടയാളചിഹ്നങ്ങളും
മുന്നറിയിപ്പുകളും
ചരിത്രങ്ങളും
സംസ്കാരങ്ങളും
കിണറുകളും
ഖനികളും എന്തിനാണ്?

ഇപ്പോളീ ചെയ്തു കൊണ്ടിരിക്കുന്നത്
നിർത്താതെ തുടരുകയേ വേണ്ടൂ:
സൂര്യനെക്കുറിച്ച് പുകഴ്ത്തുക
പക്ഷികളെ പക്ഷികളെന്നു മാത്രം വിളിക്കുക
ഇടക്കിടെ കുളിക്കുക
കവിതകൾ ഈണത്തിൽ പാടുക
പ്രേമിച്ചതിനെ തന്നെ വീണ്ടും വീണ്ടും പ്രേമിക്കുക
ജനാലകൾ കൃത്യസമയങ്ങളിൽ അടക്കുക
ഒരു കുട കരുതി വെക്കുക...

ഇത്രയൊക്കെ മതിയാവും
യുദ്ധകഥകളേക്കാൾ ഭീകരമായി
ഛിന്നഭിന്നമായി,ഏതു രാജ്യക്കാരനെന്നു
തിരിച്ചറിയാൻ പോലുമാവാതെ
യുദ്ധത്തിൽ മരിച്ചു മണ്ണടിയുവാൻ.

30. ആദ്യമായി

അമ്പത്തിയഞ്ചാമത്തെ വയസ്സിൽ
ഞാനിതാ ആദ്യമായി
പ്രേമത്തിലേക്കു കൂപ്പുകുത്തുന്നു.

കൂപ്പുകുത്തുന്നു എന്ന വാക്ക്
അർത്ഥമറിയാതെ തന്നെ
ആദ്യമായി എഴുതി വെക്കുന്നു.
എല്ലായ്പോഴും ഇങ്ങിനെയായിരുന്നു
ആദ്യമായി.

ഒളിഞ്ഞു നിന്നെന്നെ നോക്കുന്നു
ഞാനെന്നെ കാണുന്നു.
എന്നോടു മിണ്ടുവാനുള്ളൊരു വാക്ക് തേടുന്നു
ഞാനെന്നെ തൊടുന്നു.
കാറ്റുണ്ടാവുന്നത് എങ്ങിനെയെന്ന് ആലോചിക്കുന്നു
ഞാനെന്നെ ചുംബിക്കുന്നു.
ആദ്യമായി.

എനിക്കിപ്പോൾ ഒരു വീടുണ്ട്
ഞാനത് തുടച്ചു വൃത്തിയാക്കുന്നു.
ജനലിനോടു ചേർന്ന് വലിയൊരു മരമുണ്ട്
ഞാനതിനെ വരയ്ക്കുന്നു.
പക്ഷികൾ കൂടുണ്ടാക്കുന്നത് നോക്കി നിൽക്കുന്നു
ഞാനതിൽ അടയിരിക്കുന്നു.
ആദ്യമായി.

അമ്മ എന്റെ പേര് വിളിക്കുന്നു.
അമ്പത്തിയഞ്ചാമത്തെ വയസ്സിൽ
എനിക്കൊരു പേരുണ്ടാവുന്നു,
ആദ്യമായി.

31. അത്

നേരം വെളുക്കാൻ
കാത്തു നിൽക്കുന്നു
ബർട്രാൻഡ് റസ്സൽ
കിടപ്പു മുറിയുടെ
വാതിൽക്കൽ.

വെളുത്ത രോമങ്ങളോടെ
അഴകുള്ള പൂച്ചയായോ,
എട്ടു കാലുകളുള്ള
അറപ്പിക്കുന്ന കൂറയായോ.

എന്നെ കാണുമ്പോൾ
പ്രാർത്ഥന തുടങ്ങുന്നു:
"അലസകരങ്ങൾക്കു
ചെയ്യാനായി ചെകുത്താൻ
ചില കുസൃതികൾ
കണ്ടെത്തുന്നു"

എനിക്കു
സൂര്യനെ കാണണം.
വാതിൽക്കലെ പൂച്ചയെ,
കൂറയെ തട്ടിയോടിച്ച്
പുറത്തേക്കിറങ്ങുന്നു.

മുറ്റത്തെ ചെടിയിൽ

പുതിയൊരു പൂവ്.
മരച്ചില്ലകളിൽ
പുതിയ പക്ഷികൾ.
വെയിലിൽ
പുതിയൊരു ചില്ലുപാത്രം.

ഹാ!
എന്നൊരു ശബ്ദത്താൽ
ഞാൻ എന്നേയും
പുതിയതാക്കുന്നു.

മുറ്റത്തു വീണു കിടക്കുന്ന
ഇലകൾ
പൂമൊട്ടുകൾ
കായ്കൾ
കടലാസു തുണ്ടങ്ങൾ...
അവയെപ്പോഴും പഴയതാണ്.
ഇന്നലത്തേത്
അതിനു മുമ്പത്തേത്.
അതിനുമതിനും
മാസങ്ങൾക്കും
കൊല്ലങ്ങൾക്കും
യുഗങ്ങൾക്കും മുമ്പത്തേത്.

പൊടുന്നനെ
എല്ലാം പഴകുന്നു:
കസേര
തറയോട്
മേൽക്കൂര

നീട്ടിവെച്ച കാലുകൾ
കമ്പിവേലി
മരത്തലപ്പുകൾ
ആകാശം...

ഞാൻ,അകത്തേക്കു
തല നീട്ടി നോക്കുന്നു:
അത്
അവിടെ തന്നെയുണ്ടോ?
മരിച്ചു മണ്ണടിഞ്ഞുവോ?

കിടപ്പുമുറിയുടെ
വാതിൽ
പഴകി ദ്രവിച്ചിരിക്കുന്നു.

•

(ബർട്രാൻഡ്   റസ്സൽ-വിഖ്യാത
തത്വചിന്തകൻ,ഗണിതശാസ്ത്രജ്ഞൻ)

32. ഇലകൾക്കിടയിലുണ്ട് ആ മൃഗം

മൃഗമലറി:
മനുഷ്യാ,
നിനക്കു മാത്രമല്ല
എനിക്കുമുണ്ട് വാതിലുകൾ
ജനാലകൾ
ചുവരുകൾ.
കസേരകളും മേശകളും
അലമാരകളും അലങ്കാരച്ചെടികളും
ക്ലോക്കുകളും കലണ്ടറുകളും.

മനുഷ്യാ,
എനിക്കുമുണ്ട് ഓർമ്മകൾ
ശിൽപങ്ങൾ
ഗ്രന്ഥങ്ങൾ
മ്യൂസിയങ്ങൾ
റോഡുകൾ.
വഴിവിളക്കുകളും സിഗ്നലുകളും
ഗ്രാമങ്ങളും നഗരങ്ങളും
പാർക്കുകളും പൂന്തോട്ടങ്ങളും.

മനുഷ്യാ,
എനിക്കുമുണ്ട് രാജ്യം
ഭരണഘടന
ദേശീയത

കോടതി
ജയിൽ.
ദൈവവും ചെകുത്താനും
വാദവും പ്രതിവാദവും
തോക്കും തൂക്കുമരവും.

മനുഷ്യാ,
എനിക്കുമുണ്ട് കനി
കളിമണ്ണ്
കാബേൻ
ഹായേൽ
ഹവ്വ.
യുദ്ധവും മരണവും
അഗ്നിയും ജലവും
സ്വർഗ്ഗവും നരകവും.

മനുഷ്യാ,
എനിക്കുമുണ്ട് കശുവണ്ടി ഫാക്ടറി
തീപ്പെട്ടിക്കമ്പനി
കൊപ്രക്കളം
അടക്കാത്തോട്ടം
തവളക്കണ്ണൻ നെല്ല്.
പാട്ടും കൂത്തും
വിശപ്പും മന്ത്രവും
തകിടും തായ്‌വഴിയും.

മനുഷ്യാ,
എനിക്കുമുണ്ട് ശിവജി
അക്ബർ

ഷാജഹാൻ
പ്രീതിലത
തുഗ്ലക്ക്.
തോമാശ്ലീഹയും ചേരമാനും
ബിംബിസാരനും ലക്ഷ്മീഭായിയും
ഗാന്ധിയും ഗോഡ്സെയും.

മനുഷ്യാ,
എനിക്കുമുണ്ട് വാത്മീകി
ഔവ്വയാർ
കാളിദാസൻ
ഭവഭൂതി
വ്യാസൻ.
ആശാനും വള്ളത്തോളും
ബാലാമണിയും ഇടശ്ശേരിയും
ഗോവിന്ദനും പിയും.

മൃഗം കിതപ്പോടെ
ഇലകൾക്കിടയിൽ പതുങ്ങി.
മരച്ചില്ലകളിലൂടെ ചാടി മറിഞ്ഞ്
ഒരു കുരങ്ങൻ
കാട്ടിലേക്കു മാഞ്ഞു.

അനങ്ങാതെ
കാതു കൂർപ്പിച്ചിരുന്നു ഞാൻ.

33. എന്റേതായ സാധ്യതകൾ

വളർത്തുമൃഗത്തേക്കാൾ ആഗ്രഹിക്കുന്നു
ഒരിക്കലും മെരുങ്ങാത്ത വന്യമൃഗത്തിൻ അലർച്ചയെ.

പാടുന്ന പക്ഷിയേക്കാൾ ആഗ്രഹിക്കുന്നു
മുങ്ങി കുളിച്ചാലും വെളുക്കാത്ത കാക്കക്കാറലിനെ.

കറിവേപ്പിൻ ഇലകളേക്കാൾ ആഗ്രഹിക്കുന്നു
കയ്പു വറ്റാത്ത ആര്യവേപ്പിൻ പച്ചത്തഴപ്പിനെ.

ശുഭപര്യവസായിയായ നാടകത്തേക്കാൾ ആഗ്രഹിക്കുന്നു
നാടകശാലയ്ക്ക് തീപിടിക്കുന്ന അവസാനരംഗത്തെ.

ദയാപരനായ ഭരണാധികാരിയേക്കാൾ ആഗ്രഹിക്കുന്നു
ജനങ്ങളാൽ കൊല്ലപ്പെടുന്ന ക്രൂരനായ ഏകാധിപതിയെ.

നാടൻപാട്ടുകളുടെ താളത്തേക്കാൾ ആഗ്രഹിക്കുന്നു
വാദ്യോപകരണങ്ങൾ പറത്തി പാഞ്ഞുപോകും കാറ്റിനെ.

നേരാനേരത്തുള്ള ആഹാരത്തേക്കാൾ ആഗ്രഹിക്കുന്നു
നേരവും കാലവും തെറ്റി പിടഞ്ഞെത്തുന്ന വിശപ്പിനെ.

എല്ലാവരാലും സ്നേഹിക്കപ്പെട്ട മരണത്തേക്കാൾ
ആഗ്രഹിക്കുന്നു
ഉപേക്ഷിക്കപ്പെട്ട വളർത്തുമൃഗത്തിന്റെ ദുരൂഹമരണത്തെ.

ജീവിതത്തേക്കാൾ സൂക്ഷ്മമായ ഒരു കാരണം
തീർച്ചയായും മരണം അവശേഷിപ്പിക്കുന്നുണ്ട്.
അതെന്നെ നിശ്ചലമാക്കുക മാത്രമല്ല
എന്നിലേക്കു തന്നെ കൂടുതൽ ഉയർത്തി വെക്കുന്നുന്നുമുണ്ട്,

നിങ്ങൾക്കു തല വെട്ടിച്ചു കൊണ്ട്
നടന്നു പോകാവുന്നത്ര സാധ്യതകളോടെ!

●

(വീസ്വാവ   ഷിംബോർസ്കയുടെ   "POSSIBILITIES"   എന്ന
കവിതയുടെ സാധ്യതയിൽ നിന്ന്)

34. തെളിവ്

മരിച്ചയാളുടെ
കീശയിൽ നിന്നു കണ്ടെടുക്കപ്പെട്ട
കവിത വായിക്കുകയാണ്
പോലീസുകാരൻ

കവിതയിലെ
ചില വാക്കുകളെ അയാൾ
അർത്ഥമറിയാതെ
ആവർത്തിച്ചു കൊണ്ട്

പോലീസുകാരൻ
മരിച്ചയാളുടെ ശരീരത്തിൽ നിന്ന്
ദുരൂഹമായ
ചില പാടുകൾ കണ്ടെത്തുന്നുണ്ട്

അടിയേറ്റതിന്റെയോ
വീണതിന്റെയോ അല്ല
മൃഗങ്ങൾ ആക്രമിച്ചതിന്റേയുമല്ല
നീലനിറമുള്ള പാടുകൾ

അയാളാ കവിത
വീണ്ടും വീണ്ടും വായിച്ചു നോക്കുന്നു

ഇപ്പോൾ പോലീസുകാരന്
മരിച്ചയാളുടെ കവിത കാണാതെയറിയാം

ഈണത്തിൽ
ഉറക്കെ ചൊല്ലാനറിയാം

ചില വാക്കുകളുടെ അർത്ഥം
അറിയില്ലെങ്കിലെന്താ
ഒരു സാധാരണ ആത്മഹത്യ എന്നതിന്
കോടതിയിലിത് പ്രധാനപ്പെട്ട തെളിവല്ലേ

ഈണത്തിൽ
ഉറക്കെ ചൊല്ലാനറിയാം

ചില വാക്കുകളുടെ അർത്ഥം
അറിയില്ലെങ്കിലെന്താ
ഒരു സാധാരണ ആത്മഹത്യ എന്നതിന്
കോടതിയിലിത് പ്രധാനപ്പെട്ട തെളിവല്ലേ

35. അഴിച്ചിട്ട ചെരുപ്പ്

അഴിച്ചു വെക്കുമ്പോളൊക്കെ
ചെരുപ്പ്
മറ്റാരുടെയോ കാലിൽ കയറുന്നുണ്ട്.
നടന്നതിലേറെ നടന്ന്
ഞാൻ പോലും അറിയാതെ
തേയുന്നുണ്ട് എന്റെ ചെരുപ്പ്.

പുസ്തകം വായിക്കുമ്പോൾ
കുളിക്കുമ്പോൾ
ഇണ ചേരുമ്പോൾ
ഉറങ്ങുമ്പോൾ
മറ്റാരുടെയോ കാലിൽ എന്റെ ചെരുപ്പ്.

നടന്നു പോയിട്ടില്ലാത്ത
മണ്ണിലൂടെ
മലയോരത്തിലൂടെ
പുഴ വക്കിലൂടെ
നഗരത്തിരക്കിലൂടെ
നടന്നു പോകുന്നു എന്റെ ചെരുപ്പ്.

ഏതോ മരങ്ങൾക്കിടയിൽ
വീട്ടു മുറ്റത്ത്
പിന്നാമ്പുറത്ത്
കോലായിൽ
വാതിൽപടിയിൽ

അലഞ്ഞു നടക്കുന്നു എന്റെ ചെരുപ്പ്.

ഒറ്റയ്ക്ക്
കടൽക്കാറ്റ് കൊണ്ടും
വെയിലിൽ വിയർത്തും
വിശന്നും
ദുഖിച്ചും
മരിക്കുന്നതോർത്തും എന്റെ ചെരുപ്പ്.

കവിത എഴുതുവാൻ അറിയാത്തതിനാൽ
രഹസ്യങ്ങൾ വെളിപ്പെടുത്താനാവാതെ
അനങ്ങാതെ
അഴിച്ചു വെച്ച എന്റെ ചെരുപ്പ്.

36. വൈറൽ ഫീവർ

ഇന്നലെ രാത്രി
ഒരു സ്വപ്നം കണ്ടിരുന്നു
ഉണർന്നപ്പോൾ
ഇരുട്ടിനോടൊപ്പം
അതു മാഞ്ഞു പോയി

സ്വപ്നം
മേലാകെ പറ്റിപ്പിടിച്ചിട്ടുണ്ട്
പതിവു പോലെ
ചാടിപ്പിടഞ്ഞ്
എഴുന്നേൽക്കാൻ വയ്യ

ശരീരമാകെ
വിരലോടിച്ചു നോക്കി
എന്തെങ്കിലുമൊരു
തുമ്പ് കിട്ടിയാലോ

സ്വപ്നം
വിരലുകളിലൂടെ
അരിച്ചു വന്ന്
കാതിൽ പറഞ്ഞു

"എനിക്കാഗ്രഹമുണ്ട്
നിന്നെപ്പോലെ
ചാടിപ്പിടഞ്ഞുണർന്ന്

പല്ലു തേച്ച്
കുളിച്ച്
ദോശ തിന്ന്
ഭാര്യയെ ചുംബിച്ച്
ബൈ ബൈ പറഞ്ഞ്
ജോലിക്കിറങ്ങുവാൻ
ബസ്സിൽ കയറി
ടിക്കറ്റെടുക്കുവാൻ
ചില്ലറയില്ലാത്തതിന്
കലഹിക്കുവാൻ
വൈകുന്നേരം
മുഷിഞ്ഞു നാറി
വീട്ടിലേക്കു മടങ്ങുവാൻ"

സങ്കടം വന്നു മുട്ടി
കരയണമെന്നൊക്കെയായി
ഞാനെന്റെ ശരീരം
തഴുകിത്തലോടി

സമയം പോകുന്നത്
അറിഞ്ഞതേയില്ല

സ്വപ്നമതിന്റെ
സ്വപ്നങ്ങൾ
പറഞ്ഞു കൊണ്ടേയിരുന്നു
ഞാനാ കിടപ്പിൽ
മറ്റെല്ലാം മറന്നു

ഇടയ്ക്കെപ്പോഴോ

സ്വപ്നം
ചുണ്ടുകളിൽ ചുണ്ടുരുമ്മി
ചുംബിച്ചു
സ്വപ്നത്തിന്റെ ചുണ്ടുകൾക്ക്
അവളുടെ ചുണ്ടുകളുടെ
അതേ മണം

കണ്ണു തിരുമ്മി നോക്കെ
അരികിലവൾ
മറ്റെല്ലാം മറന്ന്
സ്വപ്നത്തിലോ
ഒരു നേർത്ത ചിരിയോടെ

ഞാനവളുടെ
കാതിലെന്തോ പറഞ്ഞു
എന്തായിരുന്നുവെന്ന്
അവൾക്കേ അറിയൂ

ജോലിക്കു പോവണ്ടേ എന്നു
അവളോ
ചായ എവിടേ എന്നു
ഞാനോ
മറന്നു പോയിരുന്നു

ഞങ്ങൾ കുറേക്കൂടി
ചേർന്നു കിടന്നു

37. പടിഞ്ഞാറു നിന്നുള്ള കാറ്റ്

ഓർത്തെടുക്കുകയാണ്
വീടിനോട് ഏറ്റവും അടുത്തുണ്ടായിരുന്ന
ഓരോന്നിനേയും

അവയാവട്ടെ
ഒരു കുട്ടിയോട് എന്ന മട്ടിൽ
വാൽസല്യത്തോടെയും
കാരുണ്യത്തോടെയും മാത്രം
കൈകൾ നീട്ടി തൊടുന്നു

ഒരിക്കലും കായ്ചു കണ്ടിട്ടില്ലാത്ത
മണമുള്ള ഒരു പേരമരം
പാമ്പുകളും എലികളും താമസിക്കുന്ന
വിറകുപുര
ആൾമറയില്ലാത്ത കിണറ്റുവക്കിലെ
വള്ളിപടർപ്പുകൾ
ചേമ്പിലകൾക്കുള്ളിൽ ഒളിച്ചിരുന്ന്
കരയുന്ന കറുത്ത പൂച്ച
പടിഞ്ഞാറോട്ടു വളഞ്ഞു പോകുന്ന
ഇടവഴിയിലെ വെളുത്ത മണ്ണ്
സമയം തെറ്റാതെ അതുവഴി പോകുന്ന
ചിരിക്കുന്ന പോസ്റ്റ്മാൻ

ഇനിയുമുണ്ട്

ഇനിയുമുണ്ട്
തൊടുന്നത്
ഓടിക്കുന്നത്
കണ്ണുപൊത്തി കളിപ്പിക്കുന്നത്
പേടിപ്പിച്ച് ഉറക്കുന്നത്
വെറുതേ തലോടുന്നത്
കഥ പറഞ്ഞു പറഞ്ഞ് മായ്ക്കുന്നത്

വീടു മാത്രം ഒന്നുമറിയാത്തതു പോലെ
ഒന്നിനും നേരമില്ലാത്തതു പോലെ
കല്ലും
ഇഷ്ടികയും
മണ്ണും
മരവും

മുറിയുടെ ജനൽപ്പാളി ഇപ്പോൾ
അടക്കാനേ പറ്റുന്നില്ല
അത്ര പഴകി തുരുമ്പിച്ചതല്ലേ വിജാകിരി

പിന്നെ പഴകിയതെങ്കിലും
ഒട്ടും വിറക്കാതെ
പടിഞ്ഞാറു നിന്നുള്ള ഈ കാറ്റും

38. ഗർഭിണിയായ സ്ത്രീ ബസ്സ് കാത്തു നിൽക്കുന്നു

ഗർഭിണിയായ സ്ത്രീ
മരത്തണലിൽ
ബസ്സ് കാത്തു നിൽക്കുന്നു.
അതേ മരത്തണലിൽ
ഞാനും
ബസ്സ് കാത്തു നിൽക്കുന്നു.

ഗർഭിണിയായ സ്ത്രീയും
ഞാനും
ഒരേ സമയങ്ങളിൽ
ബസ്സ് വരാനുള്ള ദിക്കിലേക്ക്
ഇടക്കിടെ
ആകാംക്ഷയോടെ നോക്കുന്നു.

ഗർഭിണിയായ സ്ത്രീയും
ഞാനും
ബസ്സ് വരാനുള്ള ദിക്കിൽ
അറ്റത്ത്
ഒരു വീട് നിൽക്കുന്നതു മാത്രം
കാണുന്നു.

ഗർഭിണിയായ സ്ത്രീയുടെ
വളർച്ചയെത്താത്ത കുഞ്ഞ്
എന്നെ നോക്കി ചിരിക്കുന്നു.

പരിചയത്തോടെ
എന്റെ പേര് വിളിച്ച്
നിർത്താതെ സംസാരിക്കുന്നു.

ഗർഭിണിയായ സ്ത്രീക്ക്
എന്നെയോ
എനിക്ക് അവരെയോ
ഒട്ടും അറിയില്ലെങ്കിലും
കുഞ്ഞിന് എല്ലാം അറിയാനാകുന്നു.

ഗർഭിണിയായ സ്ത്രീയുടെ കുഞ്ഞ്
എന്റെ മക്കളെക്കുറിച്ച്
വീടിനടുത്തുള്ള വയലിനെക്കുറിച്ച്
ഇടക്കിടെയുള്ള ഭാര്യയുടെ
വലിവിനെക്കുറിച്ച്
പറഞ്ഞു കൊണ്ടിരിക്കുന്നു.

ഗർഭിണിയായ സ്ത്രീ
അസ്വസ്ഥതയോടെ
അടിവയർ താങ്ങി നിൽക്കുമ്പോൾ
നീല നിറമുള്ള ബസ്സ് വരുന്നു.

ഗർഭിണിയായ സ്ത്രീയുടെ കുഞ്ഞ്
കൈവീശിക്കൊണ്ട്
എന്തോ പറഞ്ഞത്
ബസ്സിന്റെ ഇരമ്പലിൽ
മുറിഞ്ഞു പോകുന്നു.

ബസ്സിലിരുന്നു ഞാൻ

തിരിഞ്ഞു നോക്കുമ്പോൾ
ബസ്സ് വന്ന ദിക്കിൽ
അറ്റത്ത്
മരത്തണലിൽ ഒരു കുട്ടി
ഒറ്റക്കു നിൽക്കുന്നതു മാത്രം
കാണുന്നു.

സേഫ്റ്റി പിന്നുര

അനിത തമ്പി

നാടുവിട്ടുപോന്നതിനു ശേഷം നാടുണ്ടായ ഒരാൾ,ദിക്കുകളും സമയങ്ങളും ഓർമ്മകളും ഉണ്ടായ ഒരാൾ. അയാളുടെ ആത്മകഥ അഥവാ ആത്മകവിത.അതാണ് ഈ പുസ്തകം.നിബിഡവനങ്ങൾ വകഞ്ഞ് നടക്കുമ്പോഴെന്ന പോലെ ഇരുളും വെളിച്ചവും ഒച്ചകളും എല്ലാം കൂടിക്കുഴഞ്ഞിരിക്കുന്നു.കൈകാലുകൾ കീറിമുറിഞ്ഞിരിക്കുന്നു.സകല ജീവജാലങ്ങളും അചരങ്ങളും പഞ്ചഭൂതങ്ങളും മനുഷ്യനിർമ്മിതികളും തന്റെ വിളിപ്പുറത്തായിരിക്കുന്ന,താൻ ഏകഛത്രാധിപതിയായ ഒരു ലോകം നിർമ്മിച്ച് പുലർത്താൻ തുനിയുകയാണയാൾ.അവിടെ സ്വപ്നവും യാഥാർത്ഥ്യവും എന്ന്,അനുഭവവും സങ്കൽപ്പവും എന്ന് വേർതിരിവില്ല.എല്ലാം ഇടകലർന്ന് കലങ്ങിച്ചേർന്ന് കിടക്കുന്നിടം.സങ്കൽപ്പിക്കാനാവുന്നതെല്ലാം അവിടെ സത്യം തന്നെ.

വിജു നായരങ്ങാടി

കവിതയിൽ സ്വജീവിതം നട്ടു വളർത്താനായി അന്യ ജീവിതങ്ങളുടെ സ്പെസിമൻ തേടിപ്പോയ കവിയാണ് നസീർ കടിക്കാട് . പൂഴിക്കല അങ്ങാടിയാണ് തന്റെ കാവ്യദേശമെന്ന് കരുതുമ്പോഴും യൂറോപ്യൻ ശൈത്യത്തിലേക്ക് കണ്ണുമിഴിക്കുന്ന ഏതോ നാടിന്റെ മണം

ശ്വസിച്ചടങ്ങുന്ന ജീവൻ. രണ്ടായിരത്തി പത്തിന്റെ രണ്ടാം പകുതിയിൽ നസീർ പരന്നെഴുതിയിരുന്നു. ചില്ലുകൂട്ടിലെ ജലസുരക്ഷയിൽ നിന്നും,പ്രകാശ താരല്യത്തിൽ നിന്നും എടുത്തെറിയപ്പെട്ട അലങ്കാര മൽസ്യത്തിന്റെ കണ്ണിലെ ഭീതിയില്ലായ്മ അക്കാലത്തെ നസീറിന്റെ കവിതകളിലുണ്ട്. അയാൾ സ്വന്തം നാട്ടിലെത്തിയിട്ടും നാടു കാണാനാവാതെ മടങ്ങാനിരുന്ന സർക്കസ് കൂടാരത്തിലെ റിംഗ് മാസ്റ്ററെപ്പോലെ അനിവാര്യ വിധികളെ കവിതയിൽ കുറിച്ചു വെക്കുകയായിരുന്നു.

എം.ആർ.രേണുകുമാർ

ഭാഷയ്ക്കുള്ളിലെ ഭാഷയാണ് കവിതയെങ്കിൽ കവിതയ്ക്കുള്ളിലെ കവിതയാണ് നസീർ കടിക്കാടിന്റെ കവിതകൾ. കവിതയുടെ ഉടലാഴങ്ങളിൽ കവിതകൾ നട്ടുവളർത്തി നസീർ ഭാഷയിൽ വിഭിന്ന ഭാവനയുടെ സൂര്യകാന്തിപ്പൂക്കൾ വിരിയിക്കുന്നു. 'കവിതയിലേക്ക് എളുപ്പവഴിയില്ല' എന്ന യാഥാർത്ഥ്യം തിരിച്ചറിയുന്ന, ഉന്മാദവാഹിയായ കവിതകളുടെ കാമുകനാണ് നസീർ.

പി.എൻ.ഗോപീകൃഷ്ണൻ

പലതരം കവികൾ ഉണ്ട്. വാക്കുകൊണ്ട് നാം ജീവിക്കുന്ന ലോകത്തെ പിളർത്തുന്നവർ, ഭാഷയെ കളിപ്പാട്ടം പോലെ കൈകാര്യം ചെയ്യുന്നവർ,വാക്കുകളെ സ്വന്തം ആസ്തിയായി മാറ്റുന്നവർ, ദൈനംദിനതകളിലേയ്ക്ക് വാക്കുകളെ മിനുസപ്പെടുത്തുന്നവർ. നസീർ ഇതൊന്നുമല്ല ചെയ്യുന്നത്.വാക്കുകളിലേയ്ക്ക് തന്നെ

പകർന്നൊഴിക്കുകയാണ് അയാളുടെ രീതി.വേദനാജനകമാണത്. അനസ്തേഷ്യ നൽകാതെ ശസ്ത്രക്രിയയ്ക്ക് വിധേയമാകുന്ന പോലെ

.

സച്ചിദാനന്ദൻ പുഴങ്കര

എഴുത്ത് അകൃത്രിമമാകാതിരിക്കാൻ എത്ര ശ്രമിച്ചാലും സാധിക്കാത്തവനാകുന്നു കടിക്കാടൻ . തന്റെ ബോധ്യങ്ങളുടെ ബലത്തിൽ നിരഹങ്കാരം തുടരുന്ന പ്രവർത്തനമാണ് കവിതയെന്ന് അയാൾ എഴുതിക്കാണിച്ചു തരുന്നു . നിരൂപകൻ ഇടയിൽക്കയറി നിൽക്കാതിരുന്നാൽ മാത്രം മതി... നസീറിന്റെ എഴുത്ത് തെളിഞ്ഞു തെളിഞ്ഞനുഭവിക്കാം ..ഭാഷയിൽ കസർത്തുകൾ കാണിക്കാത്ത ഇയാളുടെ വായനക്കാരനാണ് ഞാൻ.

ജ്യോതിബായ് പരിയാടത്ത്

പറത്തിവിട്ട പറവ കൂടണഞ്ഞോ,വളർത്തിവിട്ട കവിത വായന കണ്ടോ എന്ന് ആകുലപ്പെടാതെ നസീർ കടിക്കാട്.മുളച്ചതിന് ചിറകും,മുളയ്ക്കാത്തതിന് ഈരിലയും വേരും പച്ചയിൽ വരച്ചുകൊണ്ടേയിരിക്കുന്നു.വാക്കായ വാക്കിന്റെയൊക്കെ അന്നജം വാറ്റി കവിതയുണ്ടാക്കുന്നു.അറിഞ്ഞിടത്തോളം കവിതയിൽ മാത്രം ആവോളം ലഹരിപ്പെടുന്നു.

രാജൻ.സി.എച്ച്

കവിതയിലേക്ക് എളുപ്പവഴികളില്ലെന്ന് നസീർ കടിക്കാടിന്റെ കവിതകൾ പറയുന്നു.അത് ഭാഷയുടേയും അനുഭവങ്ങളുടേയും സാന്ദ്രീകൃതരൂപമാണ്.നസീറിന്റെ കവിത സംവദിക്കുന്നത് അത്തരം ഇടങ്ങളിലാണെന്നും നാമറിയും കവിതകളെ സമീപിക്കുമ്പോൾ.ചെറുതെന്ന് കാഴ്ച്ചയിൽ കാണുന്നതൊന്നും ചെറുതല്ലെന്നും അതൊരു വലിയ അനുഭവപ്രപഞ്ചത്തിലേക്കുള്ള കവാടം മാത്രമാണെന്നും തിരിച്ചറിയുക തന്നെ ചെയ്യും.

നിരഞ്ജൻ

സംക്രമണം എന്നാണ് നസീറിന്റെ ബ്ലോഗിന്റെ പേര്. പ്രീഡിഗ്രിക്കാലത്ത് ഞങ്ങളുടെയൊക്കെ വായനയെ ഷോക്കടിപ്പിച്ച മാസികയുടെ പേരാണത്. പിന്നീട് നിയോഗം മാസികയിലൂടെ ആ ഹൈ വോൾട്ടേജ് എഴുത്തുകളുടെ തുടർച്ച കൊണ്ടുപോയ കെ.എൻ.ഷാജി പത്രാധിപരായിരുന്ന പ്രസിദ്ധീകരണം. നസീറിന്റെ ബ്ലോഗ് പലതുകൊണ്ടും ആ മനോഹരമായ ലേ ഔട്ടുകളെ ഓർമ്മിപ്പിച്ചു. എഴുത്തുകൾ ആ എഴുപതുകളേയും എൺപതുകളേയും ഓർമ്മിപ്പിച്ചു

തീർച്ചയായും ആ കാലം തന്നെയാണ് നസീറുമായി അടുപ്പിച്ചത്. സ്മരണകളിരമ്പും എന്ന കവിതയിലോ മറ്റോ നസീർ ബലികുടീരങ്ങളുടെ സൗണ്ട് ട്രാക്ക് ഇട്ടതോർക്കുന്നു.. അന്നിട്ട ഒരു കമന്റിനെ പിന്തുടർന്ന് അവിചാരിതമായി വന്ന ഫോൺ വിളിയും ..

നാട്ടിലേയും പ്രവാസജീവിതത്തിലേയും വലിയൊരു കാലത്തേന്നും പെരുമാറിയ ഇടങ്ങളേയും ഇടപെട്ട മനുഷ്യരേയും ചേർത്തുപിടിക്കുന്ന, ഒരു തലമുറയുടെ വിങ്ങൽ മുഴുവൻ

അടക്കിപ്പിടിക്കുന്ന, ഓരോ ചെറുമുറിവുകളിലൂടെയും പുറത്തുചാടാൻ വ്യഗ്രതപ്പെടുന്ന ചോരയൊഴുക്കുള്ള എഴുത്താണ് എനിക്ക് നസീർ കടിക്കാടിന്റേത്. ഒരു ഗ്രോസറി സ്റ്റോറിൽ പതിവുകാരനെ കാത്തിരിക്കുന്ന സിഗററ്റുകളെപ്പോലും കവിതയായി കൊളുത്തുന്ന അയാളുടെ അസ്വസ്ഥത ഞാനും പങ്കുവെക്കുന്നുണ്ടാവണം. അതുകൊണ്ടാവണം അയാളെനിക്ക് പ്രിയപ്പെട്ടവനാവുന്നതും..

ജിഗീഷ്

ലോകത്തോടുള്ള അഥവാ കാലത്തോടുള്ള കവിയുടെ സത്യവാങ്മൂലമാണ് കവിതയെങ്കിൽ നസീർ നൂറു ശതമാനവും ഒരു കവിയാണ്. പത്തിരുപതു വർഷങ്ങൾക്കു മുൻപേ, ഒരൊഴുക്കിൽപ്പെട്ട് വായിച്ചു തുടങ്ങിയതാണ്. ആ ഒഴുക്ക്, ആ ലയം അതേ സൗന്ദര്യത്തോടെ ഇപ്പോഴും തുടരുന്നു. കവി കവിതയെ ഉപേക്ഷിച്ചാലും കവിത കവിയെ ഉപേക്ഷിക്കുകയില്ല എന്ന് കാലം സാക്ഷ്യപ്പെടുത്തുന്നു.കവിതയിലെ ദേശം നിങ്ങളുടെ ദേശം തന്നെയായി മാറുമ്പോൾ, കാവ്യാനുഭവം നിങ്ങളുടെ അനുഭവം തന്നെയായി മാറുമ്പോൾ സ്ഥലവും കാലവും മറന്ന് കവിത സാർവലൗകികമാകുന്നു.ഈയൊരു നിരുപാധികതയും ആത്മനിഷ്ഠതയും ആർജ്ജവവും കൂടിച്ചേർന്ന് പുതിയ കവിത പിറക്കുന്നു!

ടി പി വിനോദ്

ദാർശനികതയെയും വൈകാരികതയെയും സംബന്ധിച്ച് കവിത എന്ന മാധ്യമത്തിനുള്ള ചാലകത (conductivity) യെപ്പറ്റി തികഞ്ഞ ബോധ്യങ്ങളുള്ള കവിയാണ് നസീർ കടിക്കാട്. ഭാവനയിൽ കവിത പ്രയോഗിക്കുന്നതിൽ നസീറിന് തന്റേതായ സാഹസികതകളും സ്വാതന്ത്ര്യങ്ങളുമുണ്ട്.

അക്ബർ

കവിതയുടെ വേറിട്ട അനുഭവം പകരുന്ന രചനകളാണ് നസീർ കടിക്കാടിന്റേത്. ഓരോന്നും വ്യത്യസ്തമായ കവിതകൾ പറയുന്നു. കൂടാതെ വ്യക്തമായ രാഷ്ട്രീയ പാരിസ്ഥിതീക നിലപാടുകളും കടിക്കാട് കവിതകളെ ഇഷ്ടപ്പെടുത്തുന്നു. കവിതയുടെ ഒരു സ്റ്റോപ്പിൽ നിന്ന് തീവ്രമായ അനുഭവങ്ങളുമായ് അടുത്ത സ്റ്റോപ്പിൽ ഇറങ്ങി ആകുലപ്പെടാം എന്നതാണ് ചുരുക്കത്തിൽ ഈ കവിയുടെ കവിതകളുടെ പ്രത്യേകത.

എ.സി. ശ്രീഹരി

ഒരേസമയം ഒരായിരം കവികൾക്ക് ഒന്നിച്ചു പാർക്കാനുള്ള സ്ഥലം മലയാളത്തിലില്ലാതിരുന്ന കാലത്ത് സ്വന്തം ബൂലോകമുണ്ടാക്കിയ കവിയാണ് നസീർ കടിക്കാട്.ഓരോ പ്രദേശത്തിനും പുതുതായി എന്തൊക്കെയോ പറയാനുണ്ട്. ഒരാൾ തന്നെ പക്ഷേ അത് പറയണമെന്നില്ലതാനും.

"പാഠപുസ്തകം കീറി റോക്കറ്റുണ്ടാക്കും മാഷുടെ കഷണ്ടിയിലേക്ക് വിക്ഷേപിച്ച ശ്രീഹരിക്കോട്ട കെട്ടും" എന്ന

പിൻബെഞ്ച് കവിത എനിക്കെഴുതാൻ കഴിയാഞ്ഞത് നസീർ എഴുതിയാൽ അതെന്റെ കൂടി കവിതയായി.

വാൻഗോഗും നസീറും ഒരേ ദിവസമാണ് ജനിച്ചത്. അതിനപ്പുറം ഒരുതരത്തിലും അവർ തമ്മിൽ ബന്ധമില്ല. ആധുനികതാവാദ പുരുഷോത്സവങ്ങളിൽ നിന്ന് വഴിമാറി നടന്നാണ് നസീർ കവിതകെട്ടിയത്.

തൃശൂർ കേന്ദ്രിതമായ ആഢ്യപാരമ്പര്യത്തിനു പുറത്ത് പുന്നയ്യൂർക്കുളത്തിനടുത്ത് പൂഴിക്കളയങ്ങാടിക്കു തൊട്ട് മലപ്പുറത്തിനു മുട്ടി കടിക്കാട് കവിതയെ കെട്ടഴിച്ചുവിടുന്നു. അത് ആഗോളതയെ ചെറുക്കുന്ന ഒരു ചെറുവിരലടയാളമായി കവിതയെ അപകേരളീകരിക്കുന്നു.

പി.എ.നാസിമുദ്ദീൻ

വിഹ്വലവും ഭയാജനകവുമായ കൊടും കാട്ടിൽ ഒറ്റതിരിഞ്ഞു പോയവൻ അടുത്തെങ്ങോ ഉള്ള കൂട്ടരെ അറിയിക്കാൻ വിളിക്കുന്ന കൂക്ക് വിളി പോലെയാണ് നസീർ കടിക്കാടിന്റെ കവിതകൾ. തന്റെ മുഴുവൻ സത്തയും അതിൽ പ്രതിഫലിപ്പിക്കാൻ അയാൾ ശ്രമിക്കുന്നു. വേദനയും ഭ്രമാന്മകതയും അതിൽ പുരണ്ടിരിക്കുന്നു. അയാൾ കവിത എഴുതുകയല്ല. ചിതറിപ്പോയ തന്റെ സ്വത്വത്തെ ക്ഷമയോടെ ഒരു കണ്ണാടിയിൽ ഒട്ടിച്ചു ചേർക്കുകയാണ്. ആ കണ്ണാടി നമുക്കു നേരെ പിടിക്കുമ്പോൾ നമ്മളും എവിടെയൊക്കെയോ ദൃശ്യ പ്പെടും പോലെ!

സർജു

രഹസ്യഭാഷയിലുള്ള ആത്മകഥ ,ഒളിഎഴുത്ത് ; കവിതയുടെ ഈ പൊതുനിലയിൽ നിന്ന് ശ്രദ്ധേയമായ അകലമുണ്ട് നസീറിന്റെ കവിതകൾക്ക്.മരുഭൂമിയിൽ വെള്ളം പൊന്തുമ്പോഴുള്ള ഒഴിഞ്ഞ ഇടത്തിലെ കൌതുകകരമയ ഒഴുക്ക് ,പെരുക്കം, ആണ്ടുനിൽക്കുന്ന അതിസാന്ദ്രത, ജീവിതത്തുടർച്ച...തെരഞ്ഞുപോകുകയോ ക്ലേശിച്ച് നിർമ്മിക്കുകയോ ചെയ്യുന്നില്ല.വരികൾക്കിടയിൽ മൌനം പാലിച്ച, ഉപേക്ഷിച്ച, അറച്ച, അകവിതയാകുമോ എന്ന് ഭയന്ന ഇടങ്ങളിൽ ആത്മവിശ്വാസത്തോടെ എഴുതി.കാവ്യബാഹ്യമായ സമയങ്ങളുടേയും സന്ദർഭങ്ങളുടേയും കവിതകൾ. വ്യത്യസ്തതയേക്കാൾ തുടർച്ചയോട് അതിന് കൂറ്. സാധാരണതയിൽ മുഴുകിനിൽക്കുന്നതിന്റെ ഒരു വിശേഷ ആനന്ദം. ഇങ്ങനെ ആർക്കും എഴുതാനാകും എന്ന തോന്നലുണ്ടാക്കൽ-എന്നാൽ പിന്നെ താങ്കൾ എഴുതാഞ്ഞതെന്ത് എന്ന ചോദ്യം നേരിടും വരെ. നമ്മുടെ ചെറിയ കാവ്യലോകത്തിന്റെ പുറമ്പോക്കിൽ, മണലിൽ, വൻപരപ്പിൽ ഉരിയാടാതെ അകന്നു നിൽക്കും വിളക്കുകാലുകൾ ഈ കവിതകൾ. മൌനത്തിന്റെ എതിർമൊഴികൾ.മണ്ണേ ഫക്രുദ്ദീനെ എന്ന് ഞാനുമവയെ ചേർത്തുപിടിക്കുന്നു. തലോടലുകളുടെ കൈപ്പാടുകളില്ലാത്ത് അതിന്റെ സ്വതന്ത്രത,മികവ്. മൌലികതയെക്കുറിച്ചുള്ള അതിവാദങ്ങൾക്കൊപ്പം കാവ്യാത്മകതയുടെ അടിസ്ഥാനധാരണകളെക്കൂടി എഴുതിത്തള്ളിയ കവിയാണ് നസീർ.

* 9 7 9 8 8 9 0 0 2 2 6 9 1 *